வள்ளுவரும் குறளும்!

கி. ஆ. பெ. விசுவநாதம்

Title: Valluvarum Kuralum

Author: K. A. P. Viswanatham

Language: Tamil

First Published on: 1953

Year of Publication: 2025

Book Format: Paperback

*Page Size: 6inch * 9inch*

Category: Essays

Subject: Literary Essays

No. of pages: 80

ISBN: 978-81-989211-3-0

Published by: Nilan Publishers, Madurai, Tamilnadu, India

பொருளடக்கம்

குறிப்புகளுக்காக

அணிந்துரை

சித்தாந்த கலாநிதி தமிழ்ப் பேராசிரியர் - தியாகராயர் கல்லூரி, மதுரை வித்துவான் ஔவை சு. துரைசாமி அவர்கள்

தமிழ் வாழ்வுக்கு மானம் உயிரினும் சிறந்தது. அந்த மானத்தைத் தமிழர் மொழியிலும் நினைவிலும் நின்று நிலவும் அரும்பணியைப் புரிந்தவர் ஆசிரியர் திருவள்ளுவனார். இடைக்காலத்தில் வடமொழியில் மயங்கி, பிற்காலத்தில் ஆங்கிலத்தின் அடிவீழ்ந்து அறிவு அறைபோகிய தமிழ் மக்கட்கு, நெடுநாட்கள் வரை திருவள்ளுவரின் சீரிய அறிவுப் பணி தெரியாது இருந்தது. இன்றைய தமிழ் நன்மக்களுக்குத் திருவள்ளுவரது திருக்குறள் பெறலரும் அறிவு ஒழுக்கக் கருவூலமாவது தெரியத் தொடங்கி விட்டது. எங்கும் யாவரும் திருக்குறளைப் பற்றிப் பேசுகின்றனர்; எவருடைய பேச்சிலும் திருக்குறள் கருத்து ஒளிர்கின்றது, இந் நிலைமை எய்துவதற்கு முயன்று பயன்கண்டு மகிழ்பவருள் நண்பர் கி.ஆ.பெ.விசுவநாதன் முன்னணியில் நிற்கின்றார். அவருடைய பேச்சிலும், எழுத்திலும், திருக்குறளின் சொல்லும் பொருளும் திகழ்வது யாவரும் அறிவர். இனிய மொழிநடையும் இடையிடையே நகைநலமும் கலந்து, தெளிந்த ஆறுபோல் ஓடுவது அவரது சொற்பெருக்கு.

உலகியல் வாழ்வுக்குத் திருக்குறளறிவு இன்றியமை யாதது என்பதை, முப்பால்களிலிருந்து பல குறட்பாக்களைக் காட்டி, அன்றாட நிகழ்ச்சிகளில் வைத்து விளக்கிச் செல்வது இந்நூலின்கண் மிக்க அழகு திருக்குறள் படிக்கத் தூண்டும் செங்கோலாக இருக்கிறது. செய்கிறது. இவரது இச்சொற்பொழிவு பொதுமக்களைத் அதிகாரங்களை மனப்பாடம் செய்தற்குச் சொற்பொழி வாளர் காட்டும் புதுநெறி, யாவரும் விரும்பி வரவேற்ப தொன்று பால் போன்ற உள்ளமும், பண்பட்ட அறிவும், பரந்த

தமிழன்புமுடைய திரு.கி.ஆ.பெ. அவர்களின் இத்தொண்டு மிகச் சிறந்ததொன்று. மிகவும் பயன்படு வதான இச்சொற்பொழிவை ஒலிப்பதிவு செய்து, பின்பு அச்சிட்டு வெளியிடும் கோவைத் திருவள்ளுவர் படிப்பகத்தின் முயற்சி பெரிதும் பாராட்டற்குரியது.

வாழ்க கி.ஆ.பெ!

வளர்க திருக்குறட் பணி!

வளம் பெறுக, கோவை வள்ளுவர் படிப்பகம்!

மதுரை

15.10.53

அன்புள்ள

ஔவை துரைசாமி

முன்னுரை

பச்சையப்பன் கல்லூரிப் பேராசிரியர் டாக்டர் மு.வரதராசனார், *M.A, M.O.L. Ph.D*

திருக்குறள் உலக நூல்களில் உயர்ந்த நூல்; தமிழர்களுக்கு தெவிட்டாத அறிவு விருந்து. எத்தனையோ நூற்றாண்டுகள் கழிந்த பிறகும் எவ்வளவோ அரசியல், சமய, சமுதாய மாறுதல்கள் ஏற்பட்டு மாறிய பிறகும், திருவள்ளுவரின் நூல் இன்று நம்முடன் வாழ்ந்து நமக்காக அறிவுரை கூறும் சான்றோர் ஒருவரின் தெளிந்த வாய்மொழி போல் விளங்குகிறது.

இவ்வளவு உயர்ந்த நூலைப் பற்றி ஒரு சொற்பொழிவு நடைபெறுகிறது என்றால், அது பலருடைய உள்ளத்தையும் கவர்தல் இயற்கை, சொற்பொழிவு ஆற்றுகின்றவர் தேர்ந்த பேச்சாளர் என்றால், இச்சிறப்புப் பலமடங்கு ஆவதும் இயற்கையே.

திருவாளர் கி.ஆ.பெ. விசுவநாதம் அவர்கள் எதையும் சுவைபடப் பேசுவதில் வல்லவர். நுண்ணிய கருத்துக்களுக்கும் அழகிய வடிவம் தந்து, வினாவிடை புகுத்திக் கேட்போருக்கு வேட்கையை வளர்த்து விருந்து நல்குவது அவர்தம் பேச்சு.

சொற்பொழிவாளர், திருவள்ளுவரைப் பற்றிய கதைக் குப்பைகளை எல்லாம் கட்டுக்கதை என ஒதுக்கியது மகிழத் தக்கது. திருவள்ளுவர் கூறும் உவமைகளை எல்லாம், அரிய சிறுகதைகளாகக் கூறி விளக்கி உவமைத் திறனைப் பாராட்டியுள்ளார் ஆசிரியர். அதிகாரிகளுக்கும் குடிகளுக்குமிடையே உள்ள உறவும், ஒருவர் மற்றொருவரிடம் நடக்க வேண்டிய முறையும், குறள் மொழியால் எடுத்துரைக்கப்படும்பொழுது, கேட்டோர்

உள்ளம் போலவே கற்போர் உள்ளமும் களிப்புறுகின்றது, நகையாசையைப் பற்றிப் பேசுவார் போல் தொடங்கிக் கண்ணுக்கு அணிகலமாகும். கண்ணோட்டத்தைக் கூறும் பகுதி நயமாக உள்ளது. 'ஒன்றெய்தி நூறிழக்கும் சூதர்' பெற்றது ஒன்று, 'சூதர்' என்னும் பட்டமே எனச் சொற்பொழிவாளர் விரித்துரைத்துப் பரிமேலழகரின் உரை பொருந்தாமையைக் காட்டும் திறன் போற்றத்தக்கது. பெண்களின் கற்பையே உவமையாக அமைத்து ஆண் கற்பைத் திருவள்ளுவர் வற்புறுத்துகிறார் எனச் சுட்டும் இடம் சுவை பயக்கின்றது. உடல் நலம் பற்றிச் சொற்பொழிவாளர் தமிழகத்திற்கு முறையிட்டு இரந்து வேண்டும் வேண்டுகோள் நெஞ்சை அள்ளுகின்றது. இவ்வாறே நூல் நல்கும் விருந்து பல திறத்தன.

கோவைத் திருவள்ளுவர் படிப்பகத்தார் செய்வன திருந்தச் செய்யும் ஆற்றல் படைத்தவர்கள். ஆகையால், அவர் அன்று ஆற்றிய அரிய சொற்பொழிவில் ஒவ்வோர அசைவும் குறிப்பும் உட்பட அனைத்தும் காத்து ஒலிப்பதிவு செய்து கொண்டு, இன்று அதை நூல் வடிவாக்கிக் கேளாரும் வேட்ப மொழியும் சொல்லாக்கித் தமிழகத்திற்குத் தந்துள்ளனர். படிப்பகத்தாரின் முயற்சி போற்றத்தக்கது. இதனைத் தமிழகம் பயன்படுத்திக் கொள்ள வேண்டும்.

வாழ்க தமிழுள்ளம்!
வாழ்க படிப்பகம்!
வாழ்க வள்ளுவம்!

சென்னை
1.10.53

அன்புள்ள

மு. வரதராசன்

"ஆயிரத்து முந்நூற்று முப்பது அருங்குறளும்
பாயிரத்தி னோடு பயின்றதன்பின்-போயொருத்தர்
வாய்க்கேட்க நூல் உளவோ? மன்னு தமிழ்ப்புலவ ராய்க்கேட்க
வீற்றிருக்க லாம்."

வள்ளுவரும் குறளும்!

தோற்றுவாய்

அன்பும் பிரியமுமுள்ள தாய்மார்களே!

பெரியோர்களே!!

அன்பர்களே!!!

உங்கள் அனைவருக்கும் இந்த நல்ல நாளிலே எனது தாழ்மையான வணக்கம். கோவை அனுப்பர் பாளையம் திருவள்ளுவர் படிப்பகத்தின் மூன்றாவது ஆண்டு விழா, பெரியோர்களாகிய உங்கள் முன்பு இப்பொழுது நடைபெற்றுக்கொண்டிருக்கிறது. இந்த விழாவிலே பங்குபெறும் பேறு எனக்குக் கிடைத்தமைக்காக உள்ளபடியே நான் மகிழ்ச்சியடைகிறேன். இந்த விழாவில் நான் கலந்து கொள்வதை ஒரு பெரும்பேறாகவும் கருதுகிறேன். திருவள்ளுவர் படிப்பகம் மூன்று ஆண்டுகளாக இந்நகரில் நடந்து வருவதும், ஆங்கிலம் படித்து அலுவல்களிலே இருக்கின்ற நல்ல தமிழ் இளைஞர்கள் இதிற் பங்கு பெற்றுத் திருக்குறள் வகுப்பை நடத்தி அதிற் படித்து வருவதும், எனக்கும் என்னைப் போன்றவர்களுக்கும் மகிழ்ச்சியளிக்கக்கூடிய செய்திகளாகும்.

முன்னுரை

திருவள்ளுவர் படிப்பகத்தையும், திருவாளர்கள் சி.கே.சுப்பிரமணிய முதலியார், சி.எம். இராமச்சந்திரன் செட்டியார், அ. கந்தசாமிப் பிள்ளை போன்ற பழம் பெரும் புலவர்களையும் கொண்டது இந்த நகரம். சிறந்த புலவர்களைக் கொண்டு திருக்குறள் வகுப்பை நடத்திக் கொண்டு வருகின்ற வள்ளுவரும் குறளும் கழகத்தைச் சேர்ந்த

நீங்கள் திருவள்ளுவரைப் பற்றியும் திருக்குறளைப் பற்றியும் தெரிந்திருப்பீர்கள் என்றே நம்புகிறேன். என்றாலும் என்னை அழைத்து இதைச் சொல்லும்படி செய்ததைவிட, ஒரு புலவரை அழைத்துச் சொல்லச் செய்திருந்தால் நன்றாக இருந்திருக்கும் என்பது எனது கருத்து. மற்றும் என்னை ஏன் அழைத்துச் சொல்லச் சொன்னீர்களென் றால், திருக்குறள் புலவர்களுக்கு மட்டும் சொந்தமல்ல, புகையிலை வியாபாரிகளுக்கும் சொந்தம் என்று காட்டுவதற்காக அழைத்திருக் கிறீர்கள் என்றே நான் கருதினேன். அது உண்மையானால், புலவர்களிடத்தி லிருந்து திருக்குறளைக் கொள்முதல் செய்து பொது மக்களிடம் விற்பது தான் வியாபாரிகளின் கடமையாக இருக்கும்.

எண்ணம்

நான் அறிந்தமட்டில் சில ஆண்டுகள் ஆராய்ந்து கண்டுபிடித்த சில செய்திகளைக் கொண்டு எனது கருத்தை உங்கள் முன்பு கொட்டிக் குவிக்கலாம் என்று பேச்சாளர் பலரைப் எண்ணுகிறேன். இங்குப் போடவில்லை. "பலரைப் போட்டால் ஒருவரிடமும் ஒன்றாவது சரியாகக் கேட்க முடிவதில்லை. ஆகவே, ஒருவர்தான் பேசவேண்டும்" என்று படிப்பகத்தின் அவர்கள் கேட்டுக் கொண்டார்கள். தலைவர் அதன்படியே பேச ஒப்புகிறேன். பேச்சு முடிகிற நேரம் எதுவென்று எனக்குத் தெரியாது. யாராகிலும் ஒருவர் இருவர் அப்படி எழுந்திருந்து போகத் தலைகாட்டுவது தான் நான் பேச்சை நிறுத்தும் நேரம் என்று முன்னதாகலே இப்பொழுது உங்களிடம் சொல்லிக் கொள்ளுகிறேன்.

தலைப்பு

பேச்சின் தலைப்பு "வள்ளுவரும் குறளும்" என்பது பேச்சின் குறிக்கோள் "நீங்கள் அனைவரும் திருக்குறளைப் படிக்க வேண்டுமென்பது. பேசுவதின் கருத்து 'வள்ளுவர் உயர்ந்தவர், குறள் சிறந்தது' என்பது. பேச்சினுடைய பலன் இனிமேல் உங்களிடத்திலே நாங்களெல்லாம் கண்டு மகிழப் போவது.

முதலில் பேசவேண்டுவது வள்ளுவரைப் பற்றி, அவரைப் பற்றிச் சொல்லவேண்டியன சில சொற்கள்தாம்.

திருவள்ளுவர்

வள்ளுவர் பலர். திரு சேர்ந்த வள்ளுவர் ஒருவர். குறள் பல; ஆனால், திரு சேர்ந்த குறள் ஒன்றுதான் உண்டு. திரு அடைமொழியாகச் சேர்ந்து தனிச்சிறப்பை அளிக்கின்ற பெயர்கள் தமிழ்நாட்டிலே பல உள. பல கோவை உண்டு நூல்களிலே திரு சேர்ந்த கோவை ஒன்றே ஒன்றுதான். அது திருக்கோவை. பதிகள் பலவுண்டு தமிழ்நாட்டிலே; ஆனால் திரு சேர்ந்த பதி. திருப்பதி ஒன்றுதான். வாசகம் பல; ஆனால் திரு சேர்ந்த வாசகம் ஒன்றே ஒன்று அது திருவாசகம். வள்ளுவர் என்று சாதியாலும் பெயராலும் பலர் இருந்தார்கள். வள்ளுவர் என்றால் பலரைக் குறிக்கும். திரு சேர்ந்த அந்தப் பெயருக்கு உரியவர் ஒருவர் தாம். 'திரு' தனிச் சிறப்பு. அதைப் பெற்ற வள்ளுவர் திருவள்ளுவர்.

வள்ளுவர் காலம்

அவர் நமது நாட்டிலே கிறிஸ்து பிறப்பதற்கு 31 ஆண்டுகட்கு முன்பு பிறந்தவர். இன்று (15.2.53) கிறிஸ்து பிறந்து ஆயிரத்துத் தொளாயிரத்து ஐம்பத்து மூன்று ஆண்டுகளாயின. அதற்கு முன்னே பிறந்தவர் வள்ளுவர். அவர் பிறந்து 1984 ஆண்டுகளாயின.

கதைகள்

அவரைப் பற்றிய கதைகள் தமிழ்நாட்டிலே பல. அவையனைத்தும் அறிஞர்களாலே வெறுத்து ஒதுக்கப் பெற்றவை. திருவள்ளுவரைப் பற்றி தமிழ்நாட்டில் வழங்குகின்ற கதைகள் கணக்கற்றவை. மயிலாப்பூரில் பிறந்தார் என்பது ஒரு கதை; ஆதி என்ற புலைக்குடி மகளுக்கும் பகவன் என்ற உயர்குடி மகனுக்கும் பிறந்தார் என்பது மற்றொரு கதை. ஏலேலசிங்கனாலே எடுத்து வளர்க்கப் பெற்றார் என்பது இன்னொரு கதை. அவர்

மயிலாப்பூரில் கோயில் கொண்டார் என்பது வேறொரு கதை. அவர் வாசுகி என்ற ஒரு பெண்ணை மணந்தார்; அந்த அம்மாள் கிணற்றிலே தண்ணீரை இறைப்பார்கள்: 'அடி!' என்பார்; குடத்தை விட்டு விட்டு ஓடி வருவார்கள். திரும்பிப் போய்த் தான் பாதியில் தொங்கும் குடத்தை இழுப்பார்கள் என்பது இன்னொரு கதை. எத்தனையோ கதைகளைத் தமிழ்நாட்டில் புகுத்தி வைத்தார்கள். இந்தக் கதைகளால் நமக்கும் ஆவதென்ன? "உண்மையான வரலாறு எது?" என்ற ஐயப்பாடு தமிழ்நாட்டிலே உள்ள புலவர் பெருமக்களுக்குத் தோன்றியது.

வரலாறு

"வள்ளுவர் வரலாறு ஏன்?" என்று அறியப் புலவர்கள் அனைவரும் கூடினார்கள். கூடிய நகரம் சென்னை; கூடிய இடம் பச்சையப்பன் கல்லூரி; கூடிய நாள் 1939, மார்ச் 31. தலைமை வகித்தவர் மகாமகோ பாத்தியாய உ.வே. சாமிநாதய்யர். வந்திருந்த புலவர்கள் 530-க்கு மேற் பட்டவர்கள். பேசியவர் 11 பேர். 10 பேர் பேசியும் கூட எவரும் சரி என்று ஒப்பவில்லை.

பதினொன்றாவதாகப் பேசியவருடைய பேச்சு தான் வள்ளுவருடைய உண்மையான வரலாறாக இருக்க வேண்டுமென்று கூட்டத்தினர் ஒப்பினர். கூட்டத்தினர் என்ன? தலைமை வகித்திருந்த உ.வே.சாமிநாதய்யர் அவர்களே எழுந்திருந்து, "இது தான் சரி" என்று பேசியவரை நெஞ்சோடு நெஞ்சம் இறுகக் தழுவிக் கட்டிக் கொண்டு மக்களுக்கு அறிவித்தார். அப்புறம் வசிஷ்டரே பிரம்மரிஷி என்று ஒப்புக் கொண்ட பிறகு உங்களுக்கும் நமக்கும் அதிலே கருத்து வேறுபாடு எதுவும் இருக்க முடியுமா? ஒப்ப வேண்டியது தான். அப்படிப் பேசிய பெருமகன் பசுமலைப் பேராசிரியர் சோமசுந்தர பாரதி. அந்தப் பேச்சினை, உடனே மதுரைத் தமிழ்ச் சங்கத்தார் குறித்துக் கொண்டு, மதுரைக்குச் சென்று அச்சடித்து வழங்கினார்கள். உரிமையைப் பெற்றுக் கொண்டு விட்டார்கள். விலை நான்கணா விதிக்கப் பெற்ற, இப்படிச்

சொன்னதனாலேயே நீங்கள் ஒரு கடிதம் எழுதிப் போட்டு விடாதீர்கள், புத்தகம் வேண்டுமென்று. பதிலே வராது. நேரிலே போய்க் கேட்கலாம் என்று துணிந்து போனால் புத்தகம் அங்கு இருக்காது. நாங்கள் அச்சடிக்கிறோம் என்று கேட்டாலும் அச்சடிக்கிற உரிமையும் கொடுக்கமாட் டார்கள். இது இன்று அவர்கள் செய்யும் நல்ல தமிழ்த் தொண்டு!

அவ் வரலாற்றினுடைய தொகுப்பு இதுதான். "வள்ளுவர் ஒரு சிறந்த தமிழ் மகன். நல்ல வேளாண்குடி மரபினர். அவர் பிறந்தது, வாழ்ந்தது, இறந்தது அனைத்தும் மதுரை. அவர் பாண்டிய மன்னனுக்கு உள்படு கருமத் தலைவராக *(Private Secretary)* இருந்தவர். அதாவது, அரசனது கருத்தை மக்களுக்கு அறிவிக்கும் தொழிலைப் பெற்றிருந்தவர். இந்தத் தொழில் காரணமாகவே 'வள்ளுவர்' என்ற பட்டத்தைப் பாண்டியனால் பெற்றவர். 'நல்ல வேளாண்குடி மக மனைவியாகப் பெற்றவர். உலகத்தை நோக்கி ஒரே நூல நன்றாகச் செய்து கொடுத்து நம்மை விட்டு மறைந்தவர். இதுதான் அந்நூலின் தொகுப்புக் கருத்து. வள்ளுவரைப் பற்றி அறிவிக்க இதுபோதும்.

பொய்யும் மெய்யும்

வள்ளுவர் ஆதியென்ற புலைக்குடி மகளுக்கும் பகவன் என்ற உயர்குடி மகனுக்கும் பிறந்தார் என்று எழுதிய கதை பொய் என்பதற்கு எனக்குக் கிடைத்த சான்று ஒன்றுண்டு. அதாவது திருக்குறளை முதன் முதலில் ஓலைச்சுவடியிலிருந்து அச்சேற்றியவர்கள் இரண்டு பெரும் பேராசிரியர்கள். முதற் பேராசிரியர் திருத்தணிகை விசாகப் பெருமாளையர். அடுத்தவர் யாழ்ப்பாணத்து நல்லூர் ஆறுமுக நாவலர். இருவரும் சுவடிகளில் இருந்து ஒப்பு நோக்கித்தான் ஓர் எழுத்தும் விடாமல் திருக்குறளை அச்சியற்றி நமக்குக் கொடுத்தார்கள் அந்தத் தொண்டினை அவர்கள் செய்திராவிடில், பல தமிழ்ச் சுவடிகள் அழிந்தது போல இதுவும் அழிந்திருக்கச் கூடும். அவர்கள் வள்ளுவர் வரலாற்றை ஒப்பவில்லை அத்தனை கதைகள் இருந்தன.

சரியான சான்றோடு கிடைத்திருந்தால் எந்த ஒரு வரலாற்றையாகிலும் அந்த நூலிலே அவர்கள் அச்சடித்திருப்பார்கள். சான்று இல்லை. வெறுத்து ஒதுக்கிவிட்டார்கள் அத்தனையும் பொய்யென்று. அது நமக்குக் கிடைத்த ஒரு சான்று மற்றொரு சான்று என்னுடைய ஆராய்ச்சியிலே கிடைத்தது. அது என்னவென்றால், தமிழ்நாட்டிலே கடந்த 35 ஆண்டுகளாகச் சேரிகள் தோறும் சென்று கொண்டிருக்கிறேன். ஒரு சேரியிலாவது ஒரு புலைக்குடி மகளுக்காவது ஆதி என்ற பெயர் இல்லை; அதுதான் போகட்டும்; பகவன் என்ற பெயரைப் பெற்றவராவது இருக்கவேண்டாமா; எந்த அக்கிரகாரத்திலும் பகவன் அய்யர், பகவன் சர்மா, பகவன் சாஸ்திரி, பகவன் ராவ், பகவன் அய்யங்கார் என்று ஒருவராவது இல்லை. ஆகவே உயர்குடிக் கூட்டத்திலும் புலைக்குடிக் கூட்டத்திலும் காண முடியாத பெயரைக் கொண்ட தாய் தந்தையர்களுக்கு அவர் பிறந்தார் என்று கதை கட்டியது ஒரு கற்பனை. இந்தக் கற்பனை எங்கிருந்து வந்தது? “ஆதி பகவன் முதற்றே உலகு” என்ற முதற் குறளிலிருந்து அவர் தாய் தந்தையர்க்கு வணக்கம் செலுத்தினார் எனக் கொண்டு அக்கற்பனையை அவர்கள் புகுத்தினார்கள். இக்கற்பனைக் கதை, அறிஞர்களாலே கொள்ளத்தக்க தன்று! தள்ளத்தக்கதே!

அடுத்து, திருவள்ளுவர் எப்படிப் பட்டவர் என்று நான் உங்களுக்குக் காட்டலாம் சினிமாப்படம் போல, அவரை உங்கள் கண் முன்னே நிறுத்த நான் இப்பொழுது ஆசைப்படுகிறேன். வள்ளுவர் தமிழகத்தில் தமிழ்நாட்டின் சொந்தச் சொத்திலிருந்து ஓர் உயர்ந்த கருவூலத்தை தந்து மறைந்த உலகப் பேரறிஞர். அந்த அளவு போதும் திருவள்ளுவருக்கு.

வள்ளுவர் யார்?

இன்னும் ஒன்று உண்டு. திருவள்ளுவரைப் பற்றிச் சொல்வதற்கு, திருவள்ளுவர் பிறந்திராவிட்டால் தமிழன் என்று ஒரு இனம் உண்டு என்று உலக மக்கள் அறியார்கள்.

திருக்குறள் என்று ஒரு நூல் தோன்றியிராவிட்டால் தமிழ்மொழி என்று ஒரு மொழியுண்டு என்று உலக மொழியாளர் அறியார்கள். திருக்குறளும் திருவள்ளுவரும் தோன்றியிராவிட்டால் தமிழ்நாடு என்று ஒருநாடு உண்டென்று உலக நாட்டார் அறியார் என்று சொல்லி முடித்துவிடலாம்.

எது அறிவு?

திருவள்ளுவரை உங்களுக்குக் காட்டுவதற்கு ஒரு கருவியுண்டு. அதாவது, "அறிவில்லாதவன், அறிவில்லாதவன்" என்று பலர் சொல்லுகிறார்களே, நீங்களும் கேட்கிறீர்களே அதை இனி நீங்கள் ஒப்பக்கூடாது ஏனென்றால், என் ஆராய்ச்சியிலே அறிவு இல்லாதவன் என்று ஒருவனை நான் பார்த்ததேயில்லை எல்லோருக்குமே அறிவு இருக்கிறது. அதற்கு ஓர் உவமை வேண்டுமென்றால், ஒவ்வொருவர் மண்டையிலும் மூளை இருக்கிறதே! அதைத் 'தலம்' போன்ற பட்டை போடார் மாணிக்கக்கல் என்று நீங்கள் வைத்துக் கொள்ள எவன் எந்தெந்தத் துறையில் வேண்டும். எவன் தீட்டுகிறானோ அந்தந்தத் துறையிலே ஒளி வீசும். ஒருவன் வியாபாரத் துறையிலே தீட்டினால் அந்தப் பக்கம் அவன் ஒளி வீசுவான் மற்றொருவன் கைத் தொழிலிலே தீட்டுவான் இன்னொருவன் நூல் ஆசிரியனாகத் தீட்டிக் கொள்வான். இன்னொருவன், மேடைப் பேச்சாளியாகத் தீட்டிக் கொள்வான். ஒருவர் வக்கீல் துறையில் தீட்டிக் கொள்வார். ஒருவர் டாக்டர் துறையில் தீட்டிக் கொள்வார். ஒருவர் விஞ்ஞானியாகத் தீட்டிக் கொள்வார். எந்தெந்தப் பக்கம் எவரெவர் தீட்டுகிறார்களோ அந்தந்தப் பக்கம் அவரவர் அறிவு ஒளி வீசும். அவ்வளவுதான் இதிலே யார் அறிவுள்ளவர்? யார் அறிவில்லாதவர்?

ஒரு நிகழ்ச்சி

எங்களூரில் ஒரு நிகழ்ச்சி நடந்தது. கவர்னர் சர். ஆர்தர் ஹோப் வந்திருந்தார். நாங்கள் போர்ப் பிரச்சாரம் செய்து

கொண்டிருந்தோம். கலெக்டரும் நானும் பின்னாலே காரில் போனோம். கவர்னர் முதல் வண்டியிலே போனார். 18-ஆவது மைலிலே கவர்னரின் கார் நின்றுபோய்விட்டது. கலெக்டருக்குப் பீதி; பயந்து விட்டார். அவர் கார் பழுதாகிவிட்டதோ என்னவோ இறங்கினார். கவர்னரும் இறங்கி விட்டார். நாங்களும் இறங்கினோம்.

இறங்கினவுடனே அவர் என்ன செய்தார்? ஏதோ ஒன்றினை உற்று நோக்கிக் கொண்டிருந்தார். அதைக் கண்ணுற்ற நான் "கவர்னர் எதை உற்று நோக்குகிறார்?" என்று கலெக்டரைக் கேட்டேன். அவர் சாலையில் காரை விட்டிறங்கி, அருகிலுள்ள சோளத் தோட்டத்திலே ஒரு குயவன் சக்கரத்தைச் சுற்றிவிட்டுக் கொண்டு மண்ணைப் பிசைந்து கலயம் செய்து கொண்டிருப்பதைக் கண்டார்.

சற்று நேரம் அதைப் பார்த்தபின் கையை இடுப்பில் வைத்துக் கொண்டு மேலே பார்த்தார். கலெக்டர் விழிக்கிறார். நான் மெதுவாகச் சொன்னேன். 'சக்கரம் சுற்றுகிறதே, மின்சாரம் எங்கிருந்து வருகிறது. மரம் கம்பி காணோமே என்று மேலே பார்க்கிறார்' என்றேன். 'என்னடா! ஒரு சுற்றுச் சுற்றுகிறான் முந்நூறு, நானூறு சுற்றுகள் சுற்றுகின்றன.

மின் ஆற்றல் ஒன்றையும் காணோம். மண்ணைப் பிசைந்து வைக்கிறான். இப்படியும் அப்படியும் கைகளை மாற்றுகிறான். கூஜாவாகிறது. மறுபடி அழுத்துகிறான். மேலே விரிகிறது. நகத்தை வைக்கிறான். இப்படியும் அப்படியும் கைகளை மாற்றுகிறான். கோடு விழுகிறது என்ன பெரிய வேலையாக இருக்கிறதே!' என்று கவர்னர் ஆச்சரியப்பட்டார்.

அப்பொழுதுதான் எனக்குத் தெரிந்தது. கவர்னருக்கு இருக்கிற அறிவு குயவனுக் கில்லை, குயவனுக்கிருக்கிற அறிவு கவர்னருக்கில்லை என்று. அது வரைக்கும் அந்த அறிவு எனக்கு இல்லாமல் இருந்தது.

யார்க்கு அறிவு இல்லை?

இப்பொழுது நான் தான் கேட்கிறேன். இதில் அறிவு உள்ளவர் யார்? இல்லாதவர் யார்? இவர் இந்தத் துறையில் தீட்டியிருக்கிறார். ஆலையிலே இருக்கிற தொழிலாளி நூல் அறுந்து போனால் எப்படி இணைக்கிறது என்ற அறிவைத் தீட்டியிருக்கிறான். இதில் அறிவுள்ளவர் யார்? அறிவில்லாதவர் யார்?

ஆனால், ஒன்று. ஒரே ஆள் இரண்டு பட்டையும், மூன்று பட்டையும், நான்கு பட்டையும், ஐந்து பட்டையும் தங்கள் அறிவுக் கல்லுக்குப் போட்டிருப்பார்கள். அத்தகைய ஆட்களையும் நான் பார்த்திருக்கிறேன். ஆங்கிலத்திலும் புலமையிருக்கலாம், தமிழிலும் புலவராயிருக்கலாம். வழக்கறிஞர் தொழிலிலேயும் இருக்கலாம். இப்படி ஏழெட்டுப் பட்டைகளை ஒரு ஆள் போட்டிருக்கலாம், முயற்சி காரணமாக. எனவே, அதிகப் பட்டை போட்டுக் கொண்டவர்கள் குறைந்த பட்டை போட்டுக் கொண்டவர்கள் என்று இருக்கலாமே தவிர, அறிவு இல்லாதவர்கள் என்று எவருமே இருக்க முடியாது. இப்போது காட்டுகிறேன் பாருங்கள் திருவள்ளுவரை உங்கள் முன்னே வைத்து.

பலதுறை அறிவு

திருவள்ளுவர் எப்படிப்பட்டவர் தெரியுமா? தன் அறிவுக் கல்லுக்கு 133 துறைகளிலும் பட்டை போட்டுக் கொண்ட ஒரு ஆள். இப்பொழுது தெரியும் உங்களுக்குத் திருவள்ளுவர் யார் என்று. அவரது அறிவிலே 133 பட்டைகள் ஒளி வீசுகின்றன. அரசன் என்றால் அரசன்; ஆண்டி என்றால் ஆண்டி; மந்திரி என்றால் மந்திரி; பிச்சைக்காரன் என்றால் பிச்சைக்காரன்; சூதாடி என்றால் பக்கா சூதாடி; குடிகாரன் என்றால் அசல் குடிகாரன்; ஆண் என்றால் ஆண், பெண் என்றால் பெண். எந்தத் துறையில் பார்த்தாலும் துறைபோக ஆராய்ந்து முடிவு கட்டிக் கூறிய ஒரு பேரறிஞர். இந்த முடிவு இப்பொழுது என்ன ஆயிற்று தெரியுமா? விஞ்ஞானிகள் எதை எதையோ

கண்டுபிடிக்கிற மாதிரி 'திருவள்ளுவர் யார்? என்று மேல்நாட்டு மொழிப் புலவர்கள் இப்பொழுது கண்டுபிடித்து விட்டார்கள். அந்த முடிவு தெரியுமா? திருவள்ளுவர் ஒருவரல்லர். பலர் என்பதே (சிரிப்பு) இந்த முடிவுக்குக் காரணம் என்ன? ஒரு ஆளுக்கு இத்தனை துறையிலும் அறிவு இருந்திருக்க முடியாது; ஆகையினாலே பலபேர் சேர்ந்து திருவள்ளுவரானார்கள் என்று. இது கொலம்பஸ் அமெரிக்காவைக் கண்டு பிடித்த மாதிரி கண்டுபிடித்தது போலும்! அப்படிப்பட்ட சிறப்புடையவர் வள்ளுவர். திருவள்ளுவரைப் பற்றி இவ்வளவு போதும் என்று நினைக்கிறேன்.

திருவள்ளுவர் சமயம்

அடுத்தது திருவள்ளுவர் சமயம் என்ன? அது ஒரு போராட்டம். நான் சிறுபிள்ளையாக இருக்கும் பொழுது "செந்தமிழ்ச் செல்வி" பத்திரிகை வரும். முதல் இதழில் திருவள்ளுவர் சைவ சமயியே என்று இருக்கும். அடுத்த இதழில் இன்னொரு புலவர் திருவள்ளுவர் வைணவ சமயியே என்று எழுதியனுப்புவார். அடுத்த இதழ் புத்த சமயியே என்று வரும். அடுத்த இதழ் அருக சமயியே என்று வரும். இப்போராட்டம் இந்த நான்கு திங்களோடு நின்று விடாது, ஐந்தாவது திங்கள் 'திருவள்ளுவர் சைவ சமயியே என்ற வாய்க்கு ஆப்பு' என்று வரும். 'திருவள்ளுவர் வைணவ சமயியே என்ற வாய்க்கு ஆப்பு!' பிறகு ஆப்புக்கு ஆப்பு; ஆப்புக்கு மறுப்பு! மறுப்புக்கு ஆப்பு; மறுப்புக்கு மறுப்பு என்பவைகளே! அன்றைக்குத் தமிழகத்திலே இருந்த புலவர்கள் திருவள்ளுவரது சமயத்தைக் காணத் தங்களது அறிவைத் தீட்டினார்களே தவிர திருவள்ளுவரைக் காணத் தீட்டவில்லை. தீட்டியிருந்தால் அன்றைக்கே பொதுவுடைமை யாயிருந்திருக்கும் திருக்குறள்.

கிறிஸ்தவரா?

திருவள்ளுவர் சமயம் அந்தக் காலத்திலே இத்தனை பேருடைய சண்டையாக மட்டும் இருந்தது. இப்பொழுது

வந்திருக்கும் ஆபத்து மிகப் பெரியது. இப்பொழுது திருவள்ளுவர் கிறிஸ்தவ சமயியே என்று வந்திருக்கிறது இந்த விபத்து முன்னே வரவில்லை. அவர்கள் இரண்டு பேரும் ஒரே நூற்றாண்டில் *31* ஆண்டுகளுக்குள் முன்பின்னாகத் தோன்றியவர்கள். இயேசுநாதருடைய போதனையும் திருவள்ளுவருடைய போதனையும் ஒன்றாகவே இருக்கிறது. இரண்டு பேர்களும் குற்றம் செய்தவர்களை மன்னித்துத் திரும்பவும் உதவி செய்யுங்கள் என்றே கூறி இருக்கிறார்கள். பிற போதனைகளும் ஒன்றாகவே தோன்றுகின்றன. இரண்டு பேர்களும் ஒரே கண்டத்தில் பிறந்தவர்கள் என்றெல்லாம் காரணம் காட்டுகிறார்கள். அந்த அளவோடும் போராட்டம் நின்றுவிடவில்லை.

இஸ்லாமியரா?

இப்பொழுது எங்கள் ஊரில் ஒரு இஸ்லாமியப் புலவர் இருக்கிறார். அவர் திருவள்ளுவர் இஸ்லாம் சமயியே என்ற போராட்டத்தைத் தொடங்கியிருக்கிறார் (சிரிப்பு). மற்ற ஆட்களெல்லாம் சும்மா பேசுவார்கள். இவர் சட்டையைத் தூக்கிக் கொண்டு சண்டைக்கு வருவது போலவே பேசுவார். ஏய்யா, இந்த ''ன்னன்னா' என்ன செய்தது? உங்களை ஒன்றும் செய்யவில்லையே. பின்பு ஏன் அழித்தீர்கள்? நாங்கள் அழிக்க வில்லையே. பின்னே எப்படி வந்தது திருக்குறள்? என்னையா சொல்லுகிறது ஒன்றும் தெரியவில்லை என்போம். 'ன்னன்னா' என்னய்யா செய்தது? அந்த ''ன்னன்னா''விலே நடுவிலே இருக்கிறது. சுழி உங்களை என்ன பண்ணிற்று? என்று கேட்பார், "பாய்! நீங்கள் சொல்லுகிறது ஒன்றும் விளங்கவில்லை'' என்போம். திருக்குரான் என்று இருந்தது. அந்த ன்னன்னா விலுள்ள சுழியை அழித்துவிட்டுத் திருக்குறள் என்று வைத்துக் கொண்டீர்களே என்று சண்டைக்கு வருவார். (சிரிப்பு)

என்ன சமயம்?

திருவள்ளுவருடைய சமயப் போராட்டம் இந்த அளவிற்கு வந்திருக்கிறது. இப்பொழுது உங்களுக்குத் திருவள்ளுவருடைய சமயம் விளங்கியிருக்குமே நான் சொல்லியதிலிருந்து. என்ன சமயம் அது? எல்லாச் சமயத்தாரும் தங்கள் சமயத்தார் என்று கருதக்கூடிய ஒரு சமரச சமயத்தார் திருவள்ளுவர் என்பது. இந்த அளவு போதும் அவரது சமயத்தைக் கூற.

அவரது கொள்கை

அவருடைய கொள்கை என்ன? எண்ணி அவருடைய வைத்திடலாம். "இறைவன் என்று ஒன்று உண்டு என்று நம்பு. அதை வணங்கா விட்டால் கற்றும் பயனில்லை மழையானது மக்கள் போற்ற வேண்டிய ஒன்று. ஏனெனில் அது உண்ணும் பொருள்களை உண்டாக்கிக் கொடுத்துத் தானும் உணவாக மாறுகிறது. பெரியோர்களைப் போற்றுங்கள். மனைவி மக்களோடு வாழுங்கள். விருப்பு, வெறுப்பு அற்று வாழுங்கள். இது தொகுப்பு.

"சூதாடாதே! பொய் சொல்லாதே! புலால் உண்ணாதே! கள் குடியாதே! களவு செய்யாதே! வஞ்சகம் கொள்ளாதே! தீயன எண்ணாதே!" இது ஒரு தொகுப்பு.

"நட்புத் தேவை; அதை ஆராய்ந்து கொள்! தீயவர் உறவை நோயென விலக்கு! பெரியோரைத் துணைக்கொள்! பிறரோடும் அன்பாயிரு! மனைவியை மதி! மக்களைப் பெறு! அறிவை அடை!

சொல்வதெல்லாம் நல்லதாக இருக்கட்டும்! செய்வ தெல்லாம் திறமையாக இருக்கட்டும்! அறத்தின் வழி நின்று பொருளைத் தேடி இன்பத்தைப் பெறு! வீடு உண்டானால் அது உன்னைத் தேடி வரும்" இவைதாம் வள்ளுவருடைய கொள்கை. அதைத்தான் நீங்கள் திருக்குறளில் பார்க்க முடியும். இது எந்த நாட்டிற்கு, எந்த மக்களுக்கு, எந்த நிறத்தினருக்கு, எந்த

மொழியினருக்கு, எந்தச் சமயத்தினருக்கு வேறுபாடு உடையது? இராது! அவ்வளவு பெரிய உயர்ந்த கருத்துக்களைக் கொண்டவர் வள்ளுவர். திருவள்ளுவரைப் பற்றி இதுவரை சொல்லியது போதும் என் நினைக்கிறேன்; விட்டுவிடுகிறேன்.

திருக்குறளின் சிறப்பு

அடுத்து திருக்குறள். பொது நோக்காகத் திருக்குறளுக்கு ஒரு சிறப்பு உண்டு. என்ன சிறப்பு? உலகில் தோன்றிய நூல்களில் அதிகமான மொழிகளில் மொழி பெயர்க்கப்பட்டவை மூன்று நூல்கள்தாம். முதல் வரிசையில் இருப்பது பைபிள். ஏறக்குறைய 500க்கு மேற்பட்ட மொழிகளிலே மொழி பெயர்க்கப்பட்டுள்ளது. அடுத்த வரிசையிலே இருப்பது இஸ்லாமிய வேதம் குரான். 200க்கு மேற்பட்ட மொழிகளிலே மொழி பெயர்க்கப்பட்டுள்ளது. மூன்றாவது வரிசையிலே இருப்பது திருக்குறள். 80-க்கு மேற்பட்ட மொழிகளிலே மொழி பெயர்க்கப் பட்டிருக்கிறது. முதல் இரண்டும் சமய நூல் என்று ஒதுக்கி வைத்துவிட்டால், உலகிலேயே அதிகமான மொழிகளில் மொழிபெயர்க்கப்பட்ட இலக்கியங் களில் தலைமை வகித்து நிற்பது திருக்குறள் ஒன்றுதான். இந்தச் சிறப்பு தமிழுக்குப் பெருமை யளிப்பதாகும். இது ஒரு சிறப்பு!

மனிதன் மனிதனாவதற்கு

அடுத்த சிறப்பு, மனிதன் மனிதனாய்ப் பிறந்தும் பறவையைப் போல ஆகாயத்தில் பறக்கக் கற்றுக் கொண்டிருக்கிறான் இன்று வான ஊர்தியில்! மனிதன் மனிதனாய்ப் பிறந்தும் மீனைப் போலத் தண்ணீரில் நீந்தக் கற்றுக் கொண்டிருக்கிறான்; பார்க்கிறோம். இன்று நீர்மூழ்கிக் கப்பல் முதலியவைகளிலே மனிதன் மனிதனாய்ப் பிறந்தும், பாம்பைப் போல ஊர்ந்து செல்லக் கற்றுக் கொண்டிருக்கிறான்; பார்க்கிறோம். இன்று வஞ்ச மனம் கொண்ட மக்களிடத்திலே! மனிதன் மனிதனாய்ப் பிறந்தும்

விலங்கைப் போல் வண்டியிழுக்கக் கற்றுக் கொண்டிருக்கிறான். பார்க்கிறோம். இன்று நடுத் தெருவிலே! ஆனால், மனிதன் மனிதனாய்ப் பிறந்தும் மனிதனைப் போல வாழ்வது எப்படி? என்பதைக் கற்றுக் கொள்ளவில்லை. அதைக் கற்றுக் கொடுப்பது திருக்குறள் இது திருக்குறளுக்கு உள்ள அடுத்த சிறப்பு,

இருளை ஓட்ட

மூன்றாவது சிறப்பு என்ன? திருக்குறளைப் படியா விட்டால் அவன் வாழ்விலே ஒரு சிறப்பும் இராது. அவனது அறிவிலே ஓர் ஒளி இராது. அறிவாளிகளது கூட்டத்திலே அவன் அறிவிலே ஒருபக்கம் இருள் அடிக்கும். வைரப் பரீட்சைகள் பார்க்கிறோம். நல்ல வைரங்கள் தாமா என்பதற்கு. அப்படித்தான் அறிவுப் பரீட்சையும். போலி வைரத்தில் ஒருபக்கம் இருள் அடிக்கும்; அடித்தால் அது நல்ல வைரமாகாது. ஒருவன் பி.ஏ. பட்டம் பெற்றாலும் சரி, பி.ஏ. பி.எல் என்று சட்டப்பட்டம் பெற்றிருந்தாலும் சரி, பி.எஸ்.சி. என்று விஞ்ஞானியாக இருந்தாலும் சரி. அரசியல் நிபுணராகவிருந்தாலும் சரி, வரலாற்றுப் பேராசிரியனாக இருந்தாலும் சரியே, அவன் திருக்குறளைப் படித்திராவிட்டால் அவனது அறிவிலே ஒரு பக்கம் இருள் அடிக்கும். அதையும் படித்து விட்டால் ஏற்கெனவே உள்ள அறிவுக்கு ஒரு புது மெருகு உண்டாகும் என்று முடிவு கட்டி விடலாம். இது திருக் குறளுக்கு உள்ள தனிச்சிறப்பு.

இவ்வளவு போதும் திருக்குறளைப் பற்றி.

ஆசிரியரும் ஐயமும்

திருவள்ளுவர் திருக்குறள் ஒன்றைத்தான் செய்தாரா? என்ற ஐயமும் இப்பொழுது நம்மிலே பலருக்கு வந்திருக்கிறது. சில புலவர்கள் இப்பொழுது ஆராய்ந்து எழுதியிருக்கிறார்கள். திருவள்ளுவர் இரண்டு நூல்களைச் செய்தாரென்று. அவர்களும் புலவர்கள்தாம்.

அவர் செய்த மற்றொரு நூல், ஞான வெட்டியான் என்று கூறுகிறார்கள். ஞானத்தை அப்படியே இரண்டாக வெட்டிவிட்டதாக எழுதி வைத்திருக்கிறார்கள். அதைப் பார்ப்போம். இன்று நான் ஞானவெட்டி திருவள்ளுவர் செய்தது அன்று என்று உங்களிடத்தில் சொல்லிக் கொண்டிருக்க வேண்டியதில்லை. ஒருகுறளைப் படித்தவர்கள் கூட ஞான வெட்டியைப் புரட்டிப் பார்த்தால் இது திருவள்ளுவர் வாக்கு அல்ல என்று முடிவுக்கு வந்துவிடுவார்கள். அவ்வளவு எளிது. அது நான்தான் இப்பொழுது சொல்கிறேனே ஒரு அடி ஞான வெட்டியிலே! குறள் நடைதான் உங்களுக்குத் தெரியும். கூற வேண்டியதில்லை. ஞான வெட்டியின் நடையைப் பாருங்கள்! "பாரப்பா இந் நூலைப் பாரு! பாரு! பகர்கின்றேன் இதன் கருத்தைக் கேளு! கேளு" என்று இருக்கும் இதன் நடை! இதைப் படிக்கும்போதே நமக்கு, "யாரப்பா இந்நூலைச் செய்த ஆளு? ஆளு?" என்ற ஐயம் வந்துவிடும்.(சிரிப்பு) ஆகையினாலே, அவர் செய்த நூல் திருக்குறள் ஒன்றே என்று துணிந்து கூறலாம். அவர்

ஒன்றே செய்தார். அதுவும் நன்றே செய்தார்
அதையும் அன்றே செய்தார்.

தமிழர் பண்பு

அடுத்தது தமிழர் பண்பு. தமிழ்நாட்டுக்கு என்றே ஒரு சிறந்த பண்பு அந்தக் காலம் தொட்டு இந்தக் காலம் வரையிலும் இருந்து வருகிறது.

மண் தோன்றாக் காலம்

அந்தக் காலமென்றால் கல்தோன்றி மண் தோன்றாக் காலம். சேர, சோழ, பாண்டியர்கள் எந்தக் காலத்தில் தோன்றினார்களென்று ஆராயலாம். சூரியன் தோன்றிய காலத்திலிருந்து நான் தோன்றினேன் என்று சூரியவட்டக் குடையைப் பிடித்து சோழனும், சந்திரன் தோன்றிய காலத்திலிருந்து நான் தோன்றினேன் என்று சந்திர வட்டக்

குடையைப் பிடித்துப் பாண்டியனும் போட்டிப் போரிட்டுக் கொண்டிருந்தார்கள். இவர்களின் மரபு சூரிய சந்திரர்கள் தோன்றிய காலத்திலேயிருந்து தோன்றிவிட்டனவா? என்ற ஐயம் வந்த பிறகு, இந்தப் புலவர்கள் 'அல்ல' என்று கூறி, இவர்கள் தோன்றிய காலத்தைக் கணக்கிட்டு வைத்தார்கள் எப்போது உலகம் தோன்றி, மலைகள் தோன்றி, பாறை கல்லாயிருந்து, மழை பெய்து பெய்து, கற்கள் கரைந்து மணல் ஆன காலம்; கல் தோன்றியதற்குப் பின்னும் மண் தோன்றுவதற்கு முன்னும் மணல் ஆன காலம்; கல் தோன்றியதற்குப் பின்னும் மண் தோன்றுவதற்கு முன்னும் இடைப்பட்ட காலத்தில் பிறந்தார்களென்று கண்டுபிடித்து விட்டார்கள்.

மூத்த குடியினர்

கல் தோன்றி, மண் தோன்றாக் காலத்திற்கு முன் தோன்றிய மூத்த குடியினர் என்பது சேர சோழ பாண்டியர்களுக்கு இலக்கியச் சான்றாகும். இலக்கியம் நமக்குத் தருகின்ற உண்மை அது.

அந்தக் காலத்திலிருந்து தமிழர்களுக்கு உள்ள பண்பு என்ன என்றால், அதை எண்ணும்போதே உங்கள் உள்ளம் விரிந்து பெருகத் தொடங்கிவிடும்.

உலகமும் தமிழரும்

என்ன? தமிழ்நாடு மிகவும் குறுகிய நாடு! வரவர தெற்கே குறைந்திருக்கிறது. வட நாடு அகன்ற நாடு. இந்தக் குறுகிய நாட்டில் அவன் இருக்கிறான். இருந்தும் அவன் உலகத்தை எண்ணித்தான் நூல் செய்திருக்கிறான். எந்த நூலை எடுத்தாலும் உலகம், சைவ சமய நூல் எனப்படும் பெரிய புராணத்தைச் சேக்கிழார் சொல்லத் தொடங்கினார். முதல் பாட்டிலே, முதலடியிலே முதற் சொல்லாக உலகத்தை வைத்தார். "உலகு எலாம் உணர்ந்து ஓதற்கரியவன்" என்று. இது ஒரு பண்பு அடுத்து வைணவ நூல்களை எடுத்துப் பாருங்கள் கம்பராமாயணம் பாடியவர் கம்பர். பன்னீராயிரம்

பாட்டுகள், முதல் பாட்டிலே, முதல் அடியிலே முதற்சொல்லாக, "உலகம் யாவையும் தாமுள வாக்கலும்.." என்பதில் உலகத்தை முன் வைத்துச் சொல்லப்பட்டுள்ளது. இந்த இரண்டும் புராண நூல்கள் இலக்கண நூல்களைப் பாருங்கள். நம்பியகப் பொருள் முதல் பாட்டிலே, முதல் அடியிலே "மலர் உலகத்து" என்று எடுத்த உடனே முதலடியிலே உலகம் இது இலக்கணம். இலக்கியத்தை எடுங்கள். சங்க நூல்களிலே பத்துப்பாட்டு, திருமுருகாற்றுப்படை, முதற்பாட்டிலே, முதலடியிலே முதற்பாட்டு முதற் சொல், "உலகம் உவப்ப வலனேர்பு திரிதரு என்று உலகத்தை முன்னே வைத்துக் கூறப்பட்டுள்ளது.

உலகத்திற்கே இலக்கியம்

இனி, ஐம்பெருங்காப்பியங்களில் சிலப்பதிகாரம் முதற் பாட்டிலே, முதல் அடியிலே, 'அங்கண் உலகளித்தலான் திங்களைப் போற்றதும்" என்று உலகத்தை முன்னே வைத்துக் கூறினார் இளங்கோவடிகள். வள்ளுவரோடு பிறந்தவர் என்று கருதப்படுகிற ஔவை, "ஆண்டாண்டுதோறும் அழுது புரண்டாலும் மாண்டார் வருவரோ?" தமிழ் நாட்டீர் என்று இல்லை, இந்திய நாட்டீர் என்று இல்லை. "மாநிலத்தீர்" என்றே கூறினார். கபிலர் தாம் செய்த அகவலுக்கு முதற் பாட்டிலே முதல் அடியிலே "உலகத்தீரே உலகத்தீரே! மனிதர்க்கு வயது நூறல்லது இல்லை". எடுத்தவுடனே உலகம்; அதுவும் இருமுறை உலகம் இந்த முறையிலே வள்ளுவரும் அந்தப் பண்பை விடாமல் திருக்குறளிலே, முதற்பாடலிலே முதல் அதிகாரத்திலே முதற் குறளிலே, "ஆதிபகவன் முதற்றே" என்று உலகத்தை முன் வைத்துக் குறள் செய்யத் தொடங்கியிருக்கிறார். அந்த வழியிலே வந்ததினாலேதான், தன்னையும் அதிலே ஒரு கூட்டாளியாக்கிக் கவிஞன் சுப்பிரமணிய பாரதி, "வள்ளுவன் தன்னை உலகினுக்கே தந்து வான் புகழ் கொண்ட தமிழ்நாடு" என்று உலகத்தை வைத்து ஒன்றை அளித்தருளினார் போலும். இது தமிழ்ப்பண்பு; தமிழருடைய பண்பு ஆகும்.

தமிழ்ப்புலவர்கள் குறுகிய நாட்டிலிருந்தாலும், அவர்கள் செய்த இலக்கிய, இலக்கண நூல்களெல்லாம் உலக மக்களை நோக்கிச் செய்தவை என்று அறிகிறோம். இதுவும் ஒரு சிறப்பு திருக்குறளுக்கு. பொதுநோக்காகத் திருக்குறளைப் பற்றி அறிய இந்த அளவு போதும் என்று நினைக்கிறேன்.

குறளின் எளிமை

இனி அடுத்தது, குறளின் உள்ளே சென்று சில கருத்துக்களை எடுத்துச் சொல்லுவதுதான். திருக்குறளின் உள்ளே செல்வது எல்லோருக்கும் மிக எளிது. அது ஒரு இரும்புக் கடலை நடை உடையதன்று. அது யாருக்கும். எளிதில் விளங்கும். என்னுடைய சிறுபிள்ளை ஐந்து வயதுப் பெண் 30 குறட்பாக் களை மனப்பாடம் பண்ணியிருக்கிறது. இந்தப் பொங்கல் விழாவிலே நகரம் முழுவதும் சுற்றிப்பேசி பத்துப் பன்னிரண்டு திருக்குறளைப் பரிசு வாங்கி வந்து வீட்டிலே குவித்திருக்கிறது. ஐந்து வயதுப் பெண் இன்னும் முதல் வகுப்பு முடியவில்லை. அரையாண்டுத் தேர்வுதான் எழுதியிருக்கிறது. 30 குறள் பாடம் பண்ணியிருக்கிறது. தெளிவாகப் பேசுகிறது. பச்சைக் குழந்தைகளெல்லாம் அதைப் பாடம் பண்ணும் போது, நாமெல்லாம் 40 வயது 50 வயது ஆளெல்லாம் என்று நினைத்துக் அதைக் கொஞ்சம் கடினம் கொண்டிருந்தால், நம்முடைய கருத்துத் தவறானது என்றே கொள்ள வேண்டும்.

நீங்கள் புலவனாகலாம்

நீங்கள் எளிதிற் பார்க்கலாம்; படிக்கலாம்; மனப்பாடம் பண்ணலாம். ஆனால், ஒன்று அதைப் படித்து நீங்கள் புலவனாக வேண்டும் என்று எண்ணிப் படிக்கிறதாகவிருந்தால் நான் ஒப்புக்கொள்ள மாட்டேன். அது உங்களுக்கு வேண்டியதில்லை. புலவனாக ஆகலாம் என்றும் ஒருவர் சொல்லி யிருக்கிறான். ஒருவன் புலவனாக வேண்டுமானால் வேறு நூல்களைப் படிக்க

வேண்டியதில்லை. திருக்குறளை மட்டும் படித்தாலே அவன் புலவனாகி விடலாம் என்பது அவரது முடிவு.

***"ஆயிரத்து முந்நூற்று முப்பத்து அருங்குறளும்
பாயிரத்தி னோடு பயின்றதன்பின் - போயொருத்தர்
வாய்க்கேட்க நூலுளவோ மன்னு தமிழ்ப்புலவ
ராய்க்கேட்க வீற்றிருக்க லாம்"***

-நத்தத்தனார்

என்று பாடினார் அவர். அதற்காக மட்டும் நீங்கள் படிப்பதாயிருந்தால் படிக்க வேண்டா.

எப்படி வாழ்வது?

மனிதன் மனிதத் தன்மையோடு எப்படி இந்த நிலத்திலே வாழ்வது? நண்பர்களிடத்திலே எப்படிப் பழகுவது? அரசாங்கத்திடம் எப்படி நடந்து கொள்வது? பொது மக்களிடத்திலே எப்படி நடப்பது? மனைவியை எப்படி நடத்துவது? பிள்ளைகளை எப்படிப் பழக்குவது? நம்முடைய கடமை என்ன? என்றறிந்து நடக்கப் படிக்கிறதாகவிருந்தால் திருக்குறளைப் படியுங்கள். உங்களுடைய வாழ்க்கை யில் அதனால் ஒரு ஒளி வீசும். கலங்கரை விளக்கமாக அமைந்து கப்பலுக்கு வழி காட்டுவதுபோல் அது மக்களுடைய வாழ்க்கைக்கு வழி காட்டும். அவரே ஒரு குறளில் இந்தக் கருத்தைச் சொல்லியிருக்கிறார்.

வழிகாட்டி

சேற்றுநிலம், காலை வைக்கிறான். வழுக்குகிறது. நடந்தால் தான் போய்த் தண்ணீர் பாய்ச்ச முடியும். உழவன் வரப்பிலே கால் வைக்கிறான். வழுக்கி வழுக்கி விடுகிறது. அப்போது ஒரு வயது சென்ற கிழவன் ஒரு தடியைக் கொடுத்து, 'அடேய், ஊன்றிக் கொண்டு போ' என்றான். தடியை வாங்கிக் கொண்டு ஊன்றினான்; நடந்துவிட்டான். சேற்றுநிலத்திலே வழுக்கி வழுக்கி நடக்கிறவனுக்கு ஊன்றுகோல் துணை செய்வது

போல் வாழ்க்கையிலே வழுக்கி வழுக்கி நடக்கிற ஆணுக்கும் பெண்ணுக்கும் குடும்பம் எப்படி? மாமியார் எப்படி? மாமனார் எப்படி? பொதுமக்கள் எப்படி? குடும்பம் நடத்துவது என்று தெரியாத இளைஞர்கள், இளம் கன்னிகைகள், புதிதாக வாழ்க்கைத் துறையிலே புகுந்திருப்பவர்களுக்கு எப்படி வாழ்க்கை நடத்துவதென்ற ஐயப்பாடு வந்தால் ஒழுக்கமுள்ளவர்களுடைய வாய்ச்சொல் போதுமானது. சேற்று நிலத்திலே வழுக்கி நடக்கிறவனுக்கு ஊன்றுகோல் துணை செய்வது போல. வாழ்க்கையிலே வழுக்கி நடக்கும் மக்களுக்குப் பெரியோர் 'வாய்ச்சொல்' துணை செய்யு மென்று அவரே சொல்லியிருக்கிறார்.

இது அகச் சான்று

**"இழுக்கல் உடையுழி ஊற்றுக்கோல் அற்றே
ஒழுக்கம் உடையார்வாய்ச் சொல்"**

என்பது குறள்.

ஊன்றுகோல்

உங்களுடைய வாழ்க்கை செம்மைப்பட வேண்டு மானால், வாழ்க்கையிலே வழுக்கலில்லாமல் இருக்க வேண்டுமானால், சேற்று நிலத்திலேயுங் கூட நீங்கள் நடக்க வேண்டுமானால், திருக்குறளை ஒரு ஊன்று கோலாக வைத்து நடந்தால், கட்டாயம் உங்கள் வாழ்வில் ஒளிவீசும்! வாழ்க்கை வெற்றி பெறும்! அது உண்மை. அதற்காக நீங்கள் படிக்க வேண்டும். அதிலே என்ன இல்லை! எல்லாம் இருக்கிறது. எதைத் தேடினாலும் திருக்குறளில் அகப்படும். ஒரு குறளில் பல கருத்துக்கள். வள்ளுவர் ஒன்றைச் சொல்லுவார். சொல்லாத ஒன்பது அதில் கட்டித் தொங்கும்.

எது இழிவு

எது இழிவு என்று வள்ளுவர் சொல்லுவதற்கு முன்பு அவன் சொன்னதைச் ஒரு புலவன் சொன்னான் அவன் சொல்லிச்

சொன்னால் தான் 'உங்களுக்குச் சுவைக்கும். எது இழிவு? எது இழிவு? என்று எதை எதையோ இழிவு என எவனெவனோ சொன்னான். பிரித்தானியன் *(British)* சொன்னான். 'எங்களுடைய கொடியிலே இருள் பட்டால் இழிவு' என்று. செருமானியன் *(German)* சொன்னான், 'காலனியில்லாமல் வாழுகிறது செர்மனிக்கு இழிவு என்று.' உருசியக்காரன் *(Russian)* சொன்னான். 'உழைக்கிறவன் உழைக்காதவனுக்குக் கீழேயிருந்து வரி செலுத்திக் கொண்டு வாழ்வது மிகவும் இழிவு' என்று. ஜப்பான்காரன் *(Japanese)* கூறினான்; உலகத்திலே வணிகத்திலும் கைத் தொழிலிலும் சிறந்திருப்பது ஜப்பான். அது செய்த பொருளை உலகத்திலே விற்பதற்குச் சந்தையில்லாமல் இருக்கிறதே? அது உலகத்தாருக்கு இழிவு' என்று சொன்னான். தனக்கு இழிவு என்று சொல்லவில்லை அவன்.

"உலகத்திலே வணிகத்திலும் கைத்தொழிலிலும் சிறந்த நாடு என்று ஒப்புக்கொள்ளப் பட்ட ஜப்பான், அது செய்த பொருளை உலகத்திலே விற்கக் கூடாதென்று சொன்னாலே, அது உலகத்தானுக்கு இழிவு. எங்களுக்கு என்ன?" என்று கூறிப்போனான் அவன். சீனாக்காரன் *(Chinese)* நண்டு, நத்தை, பாம்பு முதலியன தின்று, உலகத்திலே இழிவு என்று ஒன்றுமே இல்லை எனக் கூறி, எல்லாம் தின்னத் தொடங்கினான்.

பழந்தமிழன்

நாம் நினைத்துக் கொண்டிருக்கிறோம். கொல்லை அள்ளுவதும் சாக்கடை தள்ளுவதும்தான் இழிவு என்று. பழம் தமிழ்ப் புலவனை இரண்டாயிரம் ஆண்டுகளுக்கு முன்னே 'எது இழிவு?' என்று கேட்டால், ஒன்றுதான் இழிவு என்றான். உழைக்காமல், வாழாமல், பொருள் தேடாமல், தன்னைப் போன்ற ஒரு மனிதனிடம் சென்று கையை நீட்டி, "ஐயா! ஒரு காசு கொடு" என்று கேட்பது இருக்கிறதே அதுதான் இழிவு என்றான். இவனும் மனிதன், அவனும் மனிதன், அவன் உழைப்பான், சேமிப்பான், தானும் உண்பான், மீத்தும் வைத்திருப்பான்; நமக்குக் கூட அளிப்பதற்கு வைத்திருப்பான்

என் எண்ணிக் கை நீட்டுகிறானே. அப்போதும் கூட இவன் அவனைப் போல உழைக்காமல், முயற்சியை இழந்து விட்டுப் பிச்சைகேட்டு வாழுகிறானே, அதுதான் இழிவு! என்றான். இதைவிட இழிவு இல்லையா? என்றான் ஒருவன். இல்லை இல்லை என்றான். நன்றாய் எண்ணிப் பார் என்றான். எண்ணிப் பார்த்து இன்னும் ஒன்று இருக்கிறது என்றான்; அது என்ன? என்று கேட்டான். இப்படி மானங்கெட்டுப் பல்லைக் காட்டி, கையை நீட்டி "ஐயா காசு" என்று கூறுகிறவனிடம் போய் "இல்லை" என்கிறானே, அதுதான் அதைவிட இழிவு (சிரிப்பு).

இரும்புக் கடலை

புறநானூற்றிலே ஒரு பாடல் இது. "ஈ என இரத்தல் இழிந்தன்று; அதனெதிர் ஈயேன் என்றால் அதனினும் இழிந்தன்றே." கன்னத்திலே அறைந்தது போலக் கூறியிருக்கிறார். இந்த நடை என்ன? உங்களுக்கு இரும்புக்கடலை நடையாயிருக்கிறதா! அந்தப் பாட்டினுடைய கருத்து. "ஈ என இரத்தல் இழிந்தது; ஈயேன் என்றல் அதனினும் இழிந்தது" இது அந்தப் புறநானூற்றுப் பாடலின் ஆசிரியருடைய கருத்து.

வள்ளுவர் அறைந்தார்

வள்ளுவர் கருத்து அதற்கு மேலே சென்று விட்டது. இவர் என்ன சொன்னார் தெரியுமா? தனக்கு என்று இதைச் சொல்லவில்லை.

பாதையிலே ஒருவன் போகிறான். பசுமாடு ஒன்று சாகப் போகிறது. நாக்கை இழுத்துக் கொண்டு தண்ணீர் வறட்சியாலே சாகக் கிடக்கிறது. இவன் சென்று வேடிக்கை பார்க்கிறான். ஒரு பெரியவர் போய், "அட பாவிப் பயலே; வேடிக்கைப் பார்க்கிறாயே! கொஞ்சம் தண்ணீர் கொண்டு வந்து பசுமாட்டுக்கு ஊற்றடா" என்கிறார். இவன் போய், "அம்மா" என்று ஒரு வீட்டின் கதவைத் தட்டி, "பசுமாடு சாகப்

போகிறது, கொஞ்சம் தண்ணீர் கொடுங்கள்'' என்கிறான். அங்கே போய்க் கன்னத்தில் அறைகிறார் வள்ளுவர்.

**"ஆவிற்கு நீரென்று இரப்பினும் நாவிற்கு
இரவின் இளிவந்தது இல்''**

என்று அறைகிறார். ''உனக்கு என்றில்லை, சாகப் போகிற பசுமாட்டுக்குக் கூட தண்ணீர் வேண்டுமென்று பிறர் கதவைத் தட்டிப் பிச்சை கேட்காதே! அதைவிட நாவிற்கு வேறு என்ன இழிவு இருக்கிறது'' என்கிறார். அந்த நிலையிலும் கூட, ''எழு! வாளியை எடு! கயிற்றை எடு! கிணறு எங்கே இருக்கிறது? குழாய் எங்கேயிருக்கிறது? தொட்டி எங்கே இருக்கிறது? போ! எடுத்துக் கொண்டு வந்து ஊற்று! பிச்சை எடுத்து அறம் செய்யாதே! முயற்சி செய்'' என்று கூறுகிறார்.

ஒன்றில் ஒன்பது

''ஆவிற்கு நீரென்று இரப்பினும் நாவிற்கு இழிவு'' வள்ளுவர் ஒன்று சொல்வார். சொல்லாதது ஒன்பது சுற்றிக் கட்டித் தொங்கும். இரப்பது நாவிற்கு இழிவு என்றால், அப்புறம் என்னென்ன தொக்கி நிற்கிறது? இரக்க எண்ணுவது மனத்திற்கு இழிவு! கேட்பது வாய்க்கு இழிவு! நீட்டிப் பெறுவது கைக்கு இழிவு! பெற்று உண்பது வாய்க்கு இழிவு! எல்லாம் தொங்கும் அதில்! ஒன்றைச் சொல்லி ஒன்பதைச் சொல்லாமற் சொன்னவர் திருவள்ளுவர், இது எவ்வளவு பெரிய சிறப்பு. எண்ணிப் பாருங்கள்.

ஒன்றே முக்கால் அடியில் உயர்ந்த ஒழுக்கம் குறள்.

ஒழுக்கத்தைப் பற்றி அவர், சொல்லி இருப்பது ஒரு

**"ஒழுக்கம் விழுப்பம் தரலான் ஒழுக்கம்
உயிரினும் ஓம்பப் படும்"**

ஒரே குறள். ஒன்றே முக்கால் அடி. ஏழு சீர். இதிலே எவ்வளவு உயர்ந்த கருத்துக்கள்! இன்னும் ஒன்று நீங்கள் தெரிந்து கொள்ள வேண்டும்.

கடுகில் ஏழ்கடல்

அணுவைத் துளைத்தேழ் கடலைப் புகட்டிக் குறுகத் தறித்த குறள்" என்று ஒரு புலவர் பாடினார். முன்பு பாடியவர், "கடுகைத் துளைத்தேழ் கடலைப் புகட்டிக் குறுகத் தறித்த குறள்" என்று பாடினார். என்ன இது? புளுகாகத் தெரிகிறதே! கடுகைத் துளைத்துக் கடலைப் புகுத்துவதாவது! அப்படித்தான் நமக்குத் தோன்றுகிறது. உண்மையை ஆராய்ந்தால் புலப்பட்டுவிடும். பொருள்களில் எல்லாம் சிறிது கடுகு பாவிலெல்லாம் சிறியது குறள். 32 அடி, 16 அடி; 8 அடி, 4 அடிப்பாக்கள் பல. குறள் ஒன்றே முக்கால் அடி; 2 அடிகூட இல்லை! மேலே நான்கு சீர்; கீழே மூன்று சீர். இதன் உள்ளே இவ்வளவு கருத்துக்களைப் புகுத்தி னால், அது ஒரு சிறு பொருளிலே நிறைந்த செய்தியைப் புகுத்துவதாகக் கருத்து. ஏழு கடல் என்பது எது? ஏழுசீர்தான். தனித்தனியாக உள்ள ஏழு சீர்களிலே இவ்வளவு பெரிய செய்திகளைப் புகுத்தியிருக்கிறாரே அதைத் தான் அவர் அப்படிக் குறிப்பிட்டார். ஏழு, கடலைப் புகுத்தியதென்று இப்படி ஒன்றே முக்கால் அடியிலே இவ்வளவு கருத்துக்கள்!

"ஒழுக்கம் விழுப்பம் தரலான் ஒழுக்கம்
உயிரினும் ஓம்பப் படும்"

ஒழுக்கத்தைக் காப்பாற்று

இதற்கென்ன பொருள்? ஒழுக்கமாய் வாழ வேண்டும் அவ்வளவுதான் தெரியும். சொல்லெல்லாம் எழுத்தெல்லாம் துருவிப் பார்த்தால் அவர் எண்ணிய தெல்லாம் நமக்குப் படம் பிடித்துக் காட்டுவது போன்றிருக்கிறது. "காப்பாற்ற வேண்டிய பொருள்களிலே ஒழுக்கம் ஒன்று" என்று சொல்கிறார். "எப்படிக் காப்பாற்றுவது? ஏன் காப்பாற்ற வேண்டும்" என்று ஒருவன் கேட்கிறான்? பசு மாட்டுக்குப்

புல்லைப் போட்டுக் காப்பாற்று. ஏன் காப்பாற்ற வேண்டும்? பால் தரும்; காப்பாற்று. அப்படியா சரி; மரம் வைத்துக் காப்பாற்று. ஏன் ஐயா காப்பாற்ற வேண்டும்? நிழல் தரும். அப்படியா? சரி. ஏதாகிலும் பலன் இருக்க வேண்டும். அவனுக்குப் பலனில்லாமல் அவன் காப்பாற்ற மாட்டான்.

பலன் உண்டா?

ஒழுக்கத்தைக் காப்பாற்றச் சொல்லுகிறீர்களே, அது ஏதாவது தருமா? ஊம், தரும் என்கிறார். என்ன? விழுப்பம்! விழுப்பமென்றால் சிறப்பு. 'ஒழுக்கம் விழுப்பம் தரலான்..." சரிசரி. இப்பொழுது நமக்கு என்ன தெரிகிறது. சிறப்புத் தருவது ஒழுக்கம் ஒன்றுதான் என்று தெரிகிறது. இதிலிருந்து பாருங்கள். ஆடை அணிகள் சிறப்புத் தாரா; பட்டம் பதவிகள் சிறப்புத் தாரா; மோதிரங்கள் சிறப்புத் தாரா; மோட்டார் வைரங்களெல்லாம் வாகனங்கள், மாடி வீடுகள். பட்டு ஆடைகளெல்லாம் சிறப்புத் தாரா. மந்திரி பதவி முதலிய எந்தப் பதவியாயிருந்தாலும் சிறப்புத் தாரா என்கிறார் அவர்; ஏதாகிலும் சிறப்புத் தரவேண்டுமானால் அது ஒழுக்கம்' என்று வரம்பு கட்டிச் சொல்லுகிறார். 'ஒழுக்கம் விழுப்பம் தரலான்.." வேறு ஒன்றாலும் அதைப் பெற முடியாது.

கிடைத்தற்கரிய சிறப்பை நீ பெறவேண்டுமானால் ஒழுக்கத்தைக் காப்பாற்று. அதிலேயும் பலன் இருக்கிறதோ? அப்படியானால் காப்பாற்றுகிறேன். சரி! என்கிறான் காப்பாற்ற வேண்டிய பொருளில் ஒழுக்கம் ஒன்று. அது சிறப்புத் தருவதினாலே காப்பாற்ற வேண்டும். மிகவும் சரி. எம்மாதிரிக் காப்பாற்ற வேண்டும்? அடுத்த கேள்வி பொருளைக் காப்பாற்றுகிற மாதிரிக் காப்பாற்றட்டுமா? என்றான். போடா போ. பொருள் தோற்றுப் போனால் இன்னும் கொஞ்சம் சம்பாதித்துக் கொள்ளலாமே? சரி, பிள்ளையைக் காப்பாற்றுகிற மாதிரியா? என்றான். ஒரு பிள்ளை இறந்து போனால் இன்னொரு பிள்ளை பெற்றுக் கொள்ளலாமே? மனைவியைக் காப்பாற்றுகிற மாதிரியா என்றான். ஒரு தாரம் இறந்து போனால் மறுதாரம் கட்டிக்

கொள்ளலாமே? வீட்டைக் காப்பாற்றுகிற மாதிரியா? இடிந்து போனால் இன்னொரு வீடு கட்டிக் கொள்ளலாமே? பின்பு எதைக் காப்பாற்றுகிற மாதிரியாக? என்றான். அவனுக்கு ஓர் உவமை சொல்ல வேண்டுமே!

திரும்ப வராது

அவனை உட்காரவைத்து உலகமெல்லாம் போய்த் தேடுகிறார். தேடினால் இரண்டே பொருள். போனால் திரும்பி வராதவை கிடைத்தன. ஒன்று ஒழுக்கம்; மானம் இழந்தால் திரும்பி வராது. மற்றொன்று உயிர் போனால் திரும்பி வராதென்று கண்டுபிடித்தார். அவர் ஆக போனால் திரும்பி வராத ஒழுக்கத்திற்காக உவமை கூற, போனால் திரும்பி வராத உயிரை வைத்து, "உயிரைக் காப்பாற்றுகிற மாதிரி ஒழுக்கத்தைக் காப்பாற்று" என்று கூறினார். 'சரி' எனக் கேட்டுக் கொண்டு திரும்பிப் போனான். இவருக்கு ஐயப்பாடு வந்து விட்டது. "டேய் டேய் இங்க வா!" என்று கூப்பிட்டார் வந்தான். அவருக்கு வந்த சந்தேகம் என்ன; விஞ்ஞானம் வளர்கிறது. இன்றைக்கில்லா விட்டாலும் என்றாவது விஞ்ஞானியாவது செத்துப் போனவனைப் பிழைக்கவைக்கக் கண்டுபிடித்து விட்டால்! சந்தேகம் வந்துவிட்டது.

இப்பவே எழுந்திருக்கிறது; உட்காருது, 3 நிமிடம் பேசுது, 7 நிமிடம் பேசுது என்கிறானே! இனிமேல் எழுந்திருந்து நடக்க ஒரு விஞ்ஞானி கண்டுபிடித்து விட்டால்? ஆகையினாலே அவர் என்ன பண்ணினார்? இறந்து போன உயிரை மீண்டும் திரும்பக் கொண்டுவர எந்த விஞ்ஞானியாகிலும் கண்டுபிடித்து விடுவான். ஆனால், இழந்த மானத்தைத் திரும்பக் கொண்டுவர எந்த விஞ்ஞானியாலும் முடியாது என்று வள்ளுவர் கண்டுபிடித்தார்.

கண்டுபிடித்தார்

கண்டுபிடித்து என்ன சொன்னார்? உயிரைக் காப்பாற்றுவது போல் ஒழுக்கத்தைக் காப்பாற்று என்று சொன்னவர், அதை விட்டுவிட்டு உயிரைக் காப்பாற்றுவதை விட அதிகமாக

ஒழுக்கத்தைக் காப்பாற்று என்று "ம்" மன்னா ஒன்று போட்டுச் சொல்லி விட்டார். "உயிரினும் ஓம்பப்படும்" என்று, இப்பொழுது தெரிகிறதா? உங்களுக்குக் குறள்! "ஒழுக்கம் விழுப்பம் தரலான் ஒழுக்கம் உயிரினும் ஓம்பப்படும்" எவ்வளவு சிறந்த கருத்துக்களை எவ்வளவு உயர்ந்த சொற்களாலே, எவ்வளவு அழகாக அமைத்திருக்கிறார், பாருங்கள்!

மக்களுக்கு

இன்னும் உங்களுக்கு என்னென்ன வேண்டுமோ குறளைப் பார்த்தால் கிடைக்கும். அதில் அதிகாரிகளிடம் எப்படிப் பழகுவது? இப்பொழுது எத்தனை அதிகாரிகளிடம் பழகுகிற வேலை வந்திருக்கிறது. யாரையாகிலும் போய்க் கேளுங்கள். சொல்கிறார்களா? என்று. எந்த நாட்டு எந்த மொழிப் பேராசிரியரிடத்திலாவது போய்க் கேளுங்கள், "அதிகாரிகளிடம் எப்படிப் பழக வேண்டும்" என்று எங்கும் வரம்பு கட்டிச் சொல்லப் பட்டிருக்கிறதா? என்று பாருங்கள். இல்லை வள்ளுவரின் குறளைப் புரட்டுங்கள் காட்டுகிறார். அவர் கலெக்டர்களெல்லாம் மக்களிடத்தில் வருவார்கள். பொதுத் தொண்டு என்று பேசுவார்கள். கூட்டத்திலே இருக்கிறவன் அடுத்தநாள் போய்த் 'தோளில் கையைப் போடுவான்.' 'எல்லோரும் ஒன்று என்கிறீர்களே' என்று. மந்திரி வருவான்; அங்கே பேசுவார், சுதந்திரம் வந்துவிட்டது. 'எல்லோரும் இந்நாட்டு மன்னர்கள்' என்று கூட்டத்தை விட்டுப் போகும் போது, நீயும் நானும் மன்னர்தாமே என்று தோள்களில் கையைப் போட ஆரம்பிக்கிறதா? இப்படி யெல்லாம் இல்லாவிடில், எல்லாரும் அடிமை என்று நினைக்கிறதா? எப்படி எண்ணுவது? எப்படிப் பழகுவது? என்று திருக்குறள் ஒன்றுதான் வழிகாட்டுகிறது.

அவர் என்ன சொன்னார் தெரியுமா? உங்களுடைய ஆசிரியர், அல்லது முதலாளி, அல்லது குடும்பப் பெரியவர்கள் அல்லது அரசாங்க அமைச்சர்கள், அதிகாரிகள் இவர்களிடம் எப்படிப் பழகுவது என்பதற்கு ஒரு சட்டம்! இதைச் சொல்லுவதற்குச்

சும்மா சொன்னால் தெரியாதென்று ஓர் உவமையைத் தேடினார். எங்கேயோ ஒரு கிழவன் குளிர் காய்ந்து கொண்டிருந்தான். அக்காட்சியைக் கொண்டு வந்து நம் முன்னே வைக்கிறார். எப்படி? பார்! ஆமாம் குளிர் காய்கிறான். அந்த மாதிரிப் பழகச் சொன்னால் தெரியவில்லையே! ஏய், நெருங்கு! நெருங்கு! இன்னும் கொஞ்சம் நெருங்கியபின் குளிர் காய்கிறேன், என்கிறான். இன்னும் நெருங்கிப் பார்க்கிறான்; டேய் அதிகம் நெருங்காதே. எட்டு! என்கிறார். நெருங்க வேண்டாமா, பிறகு எட்டி விலகிப் போகிறான். டேய் போகாதே. உனக்கு நெருப்பின் பயன் வேண்டுமானால் கொஞ்சம் நெருங்கு; ஆனால், அதிகமாக நெருங்கி விடாதே!

" அகலாது அணுகாது தீக்காய்வார் போல்க
இகல்வேந்தர்ச் சேர்ந்தொழுகு வார்"

என்று உவமை காட்டிக் கூறுகிறார். அதிகமாக எட்டிப் போய் விடாதே அதிகமாக நெருங்கிவிடாதே. நிரம்ப எட்டிப் போய் விட்டால் பலனை இழந்துவிடுவாய்; நிரம்ப நெருங்கி விட்டால் கட்டாயம் சுட்டுவிடும். எச்சரிக்கையாயிரு. இது எவ்வளவு பெரிய கருத்து; நீங்கள் எந்தப் பேராசிரியரிடம் இந்தக் கருத்தைக் கற்றுக் கொள்ளப் போகிறீர்கள்? இத்தகைய சிறந்த கருத்துக்களை நீங்கள் குறளிலே பார்க்கலாம்.

அதிகாரிக்கு

மக்களிடத்திலே எப்படிப் பழகுகிறது? என்று அதிகாரிகளுக்குக் கற்றுக் கொடுத்திருக்கிறார். ஒரு குறளிலே ஆசிரியர்களிடத்திலே சொல்லியிருக்கிறார். மாணாக்கர்களிடத்திலே எப்படிப் பழகுவது? என்று நான் பல கல்லூரிகளுக்குப் போயிருக்கிறேன். மாணவர்களிற் சிலர் கொஞ்சம் ஒழுக்கம் கெட்டு இருப்பார்கள். ஆசிரியரிடத்தில் போய் "என்ன ஐயா, பையன்களை இப்படி விட்டு விட்டீர்களே" என்று கேட்டால், "நான் என்ன பண்ணுகிறது சொல்லிப் பார்க்கலாம், கேட்கலே. அதன் தலைவிதி எந்தக்

கதியாகிலும் போகுது. நான் என்ன பண்ணுகிறது?" இப்படிப் பொறுப்பைக் கைவிட்டு விடுகிறார்கள் சில ஆசிரியர்கள். இன்னும் சில மாணவர்கள் பள்ளிக்கூடத்திற்குப் போனால், அப்பா! வாத்தியார் அடித்து விட்டாரென்று அழுது கொண்டு வருகிறார்கள். இந்த ஆசிரியர்களுக்கு இரண்டு தான் தெரிகிறது ஒன்று பொறுப்பு இல்லாமல் விட்டு விடுகிறது! அல்லது தடிப்பிரம்பு வைத்து அடித்துக் கொண்டிருப்பது! எப்படி ஆசிரியர்கள் நடக்க வேண்டும்? அவர் குறளைப் படித்திருந்தால் தெரிந்திருக்கும். குறளை, முதலில் ஆசிரியர்கள் படிக்க வேண்டும். *(சிரிப்பு)*

எப்படி மாணாக்கர்களிடத்திலே பழகுவதென்று வள்ளுவர் காட்டுகிறார். எவனாவது தவறு செய்தால் சும்மா விட்டு விடாதே கூப்பிடு! 'கண்டி. காரணம் கேள்!' 'ஏன் இப்படிச் செய்தாய்?' என்று கேள்! அழுத்தமாக எழுந்து அவனைத் தொலைத்து விடுவேனென்று பேசு! ஓங்கு; கையைப் பலமாக ஓங்கு. ஆனால், அடி விழுவது மட்டும் மெதுவாய் இருக்க வேண்டும் என்கிறார்.

"கடிதோச்சி மெல்ல எறிக நெடிதாக்கம்
நீங்காமை வேண்டு பவர்"

என்ற செய்யுளைப் பாருங்கள் அதிகாரிகளுக்கு மக்களிடத்திலே கண்டிப்பு சொல்லளவிலே அதிகமாய் இருக்க வேண்டும். ஆனால், அடிமட்டும் பலமாய் விழக்கூடாது; மெது வாய் விழவேண்டும் எப்படி?

எச்சரிக்கை

எதைப் பார்த்தாலும் அவரவர்களுக்கு வேண்டியவைகளை ஆங்காங்கே சொல்லியிருக்கிறார். நாமெல்லாம் எத்தனையோ பொருளைப் பார்த்து ஏமாந்து விடுகிறோம். ஒரு பெரிய எச்சரிக்கை கொடுக்கிறார் வள்ளுவர். நமக்கு கொடுக்கும் ஓர் எச்சரிக்கை! "டேய், அழகாயிருக்கிறது பளபளப்பா யிருக்கிறது! நன்றாயிருக்கிறது என்று ஆசைப்பட்டு விடாதே! அபாயம்! கோணலாயிருக்கிறது! கறுப்பாயிருக்கிறது!

வளைவாயிருக்கிறது' என்று வெறுத்து விடாதே. இன்பத்தை இழந்து விடுவாய் என்று ஓர் எச்சரிக்கை கொடுக்கிறார். இப்படிச் சொன்னால் நமக்கு என்ன விளங்குகிறது? இதற்காக, நமக்கு இரண்டு பொருள்களைக் கொண்டுவந்து உவமையாகக் காட்டுகிறார். ஒரு பொருள் என்ன தெரியுமா? அம்பு. இன்னும் ஒரு பொருள் என்ன? யாழ். அம்பைக் கொண்டு வந்து காட்டுகிறார். பார்த்தாயா? 1 3/4 அடி நீளம். தகதகவென்று தங்கம் மாதிரி மின்னுகிறது. ஒழுங்காயிருக்கிறது. அழகாயிருக்கிறது ஆசைப்பட்டு நெஞ்சிலே வைத்துவிடாதே. கொன்று விடும். கோணலாயிருக்கிறது. வளைவாயிருக்கிறது. கறுப்பா யிருக்கிறது என்று வெறுத்துவிடாதே. யாழின் இசையின்பத்தை இழந்து விடுவாய் என்று எச்சரிக்கிறார்.

"கணைகொடிது யாழ்கோடு செவ்விது ஆங்கன்ன
வினைபடு பாலாற் கொளல்"

எவ்வளவு உயர்ந்த கருத்து. கண்ணுக்கு அழகா யிருக்கிறது என்ற காரணத்திற்காகக் கொள்ளாதே; அது கொலை செய்து விடும்! கண்ணுக்கு வெறுப்பா யிருக்கிறதென்று வெறுத்து விடாதே, இன்பத்தை இழந்துவிடுவாய் என்று காட்ட அவர் கையாண்ட முறையையும், உவமைக்குக் கொண்டு வந்த பொருள்களையும் எண்ணிப் பாருங்கள்' எவ்வளவு உயர்வானவை!

அணிகலன்

நகை போடுகிறோம். வள்ளுவரிடம் போய் நகை போட்டுக் கொள்ளலாமா? என்று கேளுங்கள். போட்டுக் கொள்ளுங்கள்! போட்டுக் கொள்ளுங்கள் எவ்வளவு வேண்டுமானாலும் போட்டுக் கொள்ளுங்கள். ஆனால், புதிதாக ஒரு நகை போட்டுக் கொள்ள வேண்டும். ஆணும் பெண்ணும் எல்லாருமே போடவேண்டும் என்கிறார். எங்கே? கண்ணிலே போட வேண்டும்! ஐயோ; உறுத்துமே! உறுத்தாது! எதனாலே செய்து போடுகிறது முத்தாலே? முத்து வாங்கப்

பணமில்லையா? இதை வாங்கப் பணம் தேவையில்லை. எல்லோரும் வாங்கிப் போடலாம் என்றார். "எப்படி" என்றால், "துன்பப்படுகிற மக்களைப் பார்த்துக் கண்ணீரை முத்து முத்தாகச் சொட்டு! அதுதான் கண்ணுக்கு நகை என்கிறார். அந்தச் சொற்களைப் பாருங்கள். கண்ணுக்கு அணிகலம்! கண்ணுக்கு நகை எது? கண்ணோட்டம் கண்ணுக்கு அணிகலம் கண்ணோட்டம். காலையிலே, மாலை நேரத்திலே, நள்ளிருளிலே மழையிலே 90 வயதுக் கிழவி, எந்தக் குலமோ? யாரோ? முழு ஆடையின்றி, குளிரில் நடுங்கி வெப்பு நோயால் வருந்துகிறாள் என்று வையுங்கள். அதைப் பார்த்து ஒருவன் மோட்டாரிலே போய்க் கொண்டிருந்தால் என்ன பயன்?

அவன் அழகாய்த்தானிருக்கின்றான்; மன்மதன் மாதிரி இருக்கிறான். அவன் முகத்தில் அழகு ஒளி வீசுமா? ஆனால், இந்தக் கொடுமையைப் பார்த்து ஒருவன் பல் நீண்டவன் கன்னங்கரேல் என்று இருக்கிறவன். இன்னொரு கந்தலை உடுத்திக் கொண்டு, "ஐயோ! யார் வீட்டுக் கிழவியோ? மழை தூறுதே வெப்பு நோய் வருத்துகிறதே! ஆடையில்லையே" என்று தன் துண்டை அவள் மேல் போர்த்தி கையில் தூக்கி, ஆஸ்பத்திரிக்குக் கொண்டு போகலாமென்று பார்த்துக் கண்ணீர் விட்டான் என்று வைத்துக் கொள்ளுங்கள். அவன் முகம் எப்படி இருக்கும். மைசூர் மகாராசாவைவிட அழகாகத் தோன்றும் (சிரிப்பு).

அவ்வளவு அழகு தருமே அது! கற்பனையா இது? உண்மை! மன்னாதி மன்னனெல்லாம் இவன் அழகுக்கு 'முன்னாலே ஒளிகுன்றி நிற்பானே. அவனது உள்ளம் அந்த ஒளியை வீசுகிறது! அதையெண்ணி அவர் சொன்னார்.

"கண்ணிற்கு அணிகலம் கண்ணோட்டம் அஃதின்றேல்
புண்ணென்று உணரப் படும்"

இன்றேல் கண்ணா அது? அவர் கண்ட இலக்கணம் என்ன? கண் என்றால் அறியும்; புண் என்றால் அறியாது என்பதே

கண்ணுக்கு அணிகலம் கண்ணோட்டம். அஃதின்றேல் புண் என்று உணரப்படும். பேனாக் கத்தியால் கன்னத்திலே கிழித்து விட்டுக் காட்டினால் பார்க்குமா? கண். மாதிரித்தானே இருக்கிறது! காட்டுங்கள் ஒரு கடிதத்தை. அது பார்க்குமா? படிக்குமா? முகத்திலே கிழித்து விட்டிருக்கிறது அவ்வளவுதான்! துன்பப்படுகிற மக்களைப் பார்க்காமல் விறைத்துக் கொண்டு போகிறது! அது நகை போடாத கண் எப்படி வள்ளுவர் போட்ட நகை. பார்த்துக் கொள்ளுங்கள்! இந்த நகையைப் போடுங்கள். நீங்கள் எந்த நகையில்லா விட்டாலும் இந்த நகை வேண்டும் உங்களுக்கு!

வள்ளுவர் உள்ளம்

வள்ளுவரை நினைக்கும் போதெல்லாம் என் உள்ளம் பெரிய உள்ளமாக விரிகிறது. காரணம் என்ன? மக்கள் சமுதாயத்தைத் தூக்கி இரண்டு கைகளாலும் அள்ளி, அள்ளி விட்டவர் வள்ளுவர். "உள்ளுவ தெல்லாம் உயர்வுள்ளல்". எண்ணு, நல்லதை எண்ணு! பெரியதை எண்ணு. ஏன்?

"அப்படியே நீ ஆவாய்". இப்படித் தூக்கி விட்டவர் வள்ளுவர். இரண்டு கைகளாலும் தூக்கி இமயத்திற்கு மேலே அள்ளி விடுகிறார் அவர். எண்ணு! எண்ணு! நல்லதை எண்ணு! பெரியதை எண்ணு! உயர்வை எண்ணு! சிறப்பை எண்ணு! அழுத்தமாக எண்ணு! ஆழமாக எண்ணு! இப்படிச் சொல்லிவிட்டால் போதாதாம். இந்தக் கன்னத்திலே வேறு. திருப்பி அடிக்கிறார்.

"உள்ளற்க உள்ளம் சிறுகுவ"

என்று குறுகின புத்தியை ஒருநாளும் கொள்ளாதே என்று, இப்படி ஓர் அறை.

"உள்ளுவ தெல்லாம் உயர்வுள்ளல் மற்றது
தள்ளினும் தள்ளாமை நீர்த்து"

இப்படி ஒன்று; என்ன? அவருடைய உள்ளம் பாருங்கள்! இப்படிப் படைத்தலைவன் மக்களைத் தூக்கி விட்டிருக்கிறான். மன்னன் குடிகளைத் தூக்கி விட்டிருக்கிறான். அரசியல் தலைவர்கள் தங்கள் கட்சிக்காரர்களைத் தூக்கி விட்டிருக்கிறார்கள். ஆனால், மொழிப்புலவர்களில் வள்ளுவரைத் தவிர உலகத்தில் எவரும் இப்படி மக்கள் சமுதாயத்தைத் தூக்கி உயர்த்திவிடவில்லை. "உள்ளுவ தெல்லாம் உயர்வுள்ளல்" என்று. அவருடைய உள்ளப் பண்பாட்டைப் பாருங்கள் ஏனென்றால், அப்படியே ஆவார்களாம். "எண்ணிய எண்ணியாங்கு எய்துப. எப்போது? 'எண்ணியர் திண்ணிய ராகப் பெறின்" பள்ளிக் கூடத்துப் பிள்ளைகள் இங்கே இருப்பீர்கள். நீங்கள் தேர்வில் பாசாகி விடுவோம் என்று மட்டும் நினைக்காதீர்கள்; 90 மார்க்காவது வாங்குவேன் என்று நினைத்துக் கொள்ளுங்கள்; 36 மார்க்காவது வாங்கி விடுவீர்கள் என்கிறார். நீங்கள் இப்போது நடக்க வேண்டும். இரயிலுக்குப் போக வேண்டும். ஆனால், போகும் போது போத்தனூருக்குப் போகவேண்டும் என்று நடந்தால்- ரயில்வே ஸ்டேஷன் பக்கத்திலே வந்துவிடும் என்கிறார் வள்ளுவர். எண்ணத்தை எட்டிப் போடு; செயல் பக்கத்திலே இருக்கும் என்கிறார். பகையைப் பெரிதாக எண்ணு, அது சிறிதாக வரும்; வென்றிடுவாய் என்கிறார். ஊரான் வீட்டு மாமரமாயிருந்தாலும், "டேய்! இந்தக் கல்லால் ஒரு மாங்காய் உதிர்க்கிறேன் பார்! என்று அடிக்காதே இந்தக் கல்லால் பத்து மாங்காய் விழும் என்று அடி; ஒன்றாகிலும் விழும்" என்கிறார். பெரியதை எண்ணு வெற்றி சிறியதாகவாவது கிடைத்துவிடும் என்கிறார்; எப்படி அவரது உள்ளம்!

"சிறப்பு"

நான் சிறிய பிள்ளையாகப் படித்துக் கொண்டிருந்த போது, சென்னைக்கு அமெரிக்காவிலிருந்து ஒரு பத்திரிகை வந்தது. இரண்டு ரூபாய் விலை போட்டிருந்தான். அதைப் புரட்டிப் பார்த்தேன். "உலகத்திலே இதுவரையிலும் எந்தப் பேராசிரியரும் சொல்லியிராத புதுக்கருத்தைச் சொன்னார்.

அமெரிக்கப் பேராசிரியர் என்று எழுதியிருந்தான். மொச்சைக் கொட்டை எழுத்து, பலாக் கொட்டை எழுத்திலே! அவன் படம் வேறு போட்டிருந்தான். அதைப் பார்த்தேன். என் வயிறு பற்றி எரிந்தது. என்ன எழுதியிருந்தான்? "அமெரிக்கா தோன்றிய காலம் தொட்டு அமெரிக்க மக்கள் வெற்றியடைந்தவர்களை விடத் தோல்வியடைந்தவர்கள் மிகப் பெரிய அறிவாளிகள் ஆனால், அப்படிப்பட்ட உயர்ந்த அறிவாளிகளை அமெரிக்க மக்கள் வாழ்த்தத் தவறிவிட்டார்கள் என்பதுதான். அவன் படத்தைப் பிடித்துப் போட்டுத் தலைப்பிலே அவன் சொன்னதைக் கொட்டை எழுத்திலே வேறே போட்டிருந்தான். நான் பார்த்தேன். தப்பு யாருடையது? நம்முடையது தானே?

திருக்குறளை மொழி பெயர்த்து, அரை அணா விலையில் அமெரிக்க நாட்டிற்கு அனுப்பியிருந்தால், அவன் இந்தக் கருத்தை இரண்டு ரூபாய் விலை போட்டு இங்கே அனுப்பியிருப்பானா?

பெரியதில் குறிவை

இதைப் பாருங்கள். வள்ளுவர் சொல்லியிருக்கிறார். கல்வியறிவில்லாத குறக்குடி மக்கள் மலை உச்சியில் வாழுகிறார்களே, அந்த மக்களிடத்தில் இந்தக் கருத்தை ஏற்றிச் சொல்கிறார். வேடர் தலைவன் வயது சென்றவன், படுத்து விட்டான். அவனுக்கு இரண்டு மக்கள், "அப்பா! போய் வேட்டை ஆடிவிட்டு வாருங்கள்" என்று அனுப்புகிறான். மூத்த மகன் முயல் வேட்டைக்குப் போக எண்ணி, முயலை எய்ய அம்பும் வில்லும் கையிலெடுத்து, முயல் வாழும் காட்டுக்குச் சென்று, முயலையும் கண்டு, குறிபார்த்து எய்து, முயலையும் வீழ்த்தி, அதன் உடலையும் கைப்பற்றி, நீரிலோ புதரிலோ மறைந்து போகாமல், வழியிலும் பறிகொடுத்து விடாமல், தந்தை முன்னே கொண்டு வந்து வைத்து வீர வணக்கம் வணங்கினான். எவ்வளவு பெரிய வெற்றி? எண்ணத்திலே! துணிவிலே! குறியிலே! ஆற்றலிலே! அத்தனையும் வெற்றி! பார்த்தான் வேடர் தலைவன். எழுந்து

வாழ்த்தினானா? இல்லை; திரும்பிப் படுத்துக் கொண்டான். இளைய மகன் யானை வேட்டைக்குப் போக எண்ணி, யானை எய்ய வேலைக் கையில் தாங்கி, யானை வாழும் காட்டுக்குச் சென்று, யானையையுங் கண்டு, குறி பார்த்து வேலை வீசி எறிந்து, குறி தவறி யானையும் பிழைத்தோடிப் போய், வேலையும் இழந்து விட்டு, வெறுங்கையோடு தலையைத் தொங்கப் போட்டுக் கொண்டு தந்தை முன்னே வந்து வணங்கினான். வேடர் தலைவன் எழுந்து அவனை இறுகக் கட்டி நீதான் வீரன் என்று வாழ்த்தினான். எவ்வளவு உயர்ந்த கருத்து? பாருங்கள்!" என்ன ஐயா! எங்கே இருக்கிறது இந்தக் கதை. திருக்குறளிலே? திருக்குறளிலே கதை ஏது? என்றா கேட்கிறீர்கள்? ஒரு குறளிலே இவ்வளவு நீளமான கதை இருக்கிறது. குறள் வேண்டுமா?

"கான முயலெய்த அம்பினில் யானை
பிழைத்தவேல் ஏந்தல் இனிது."

அம்பைப் பற்றிச் சொல்லும் பொழுது முயல் எய்த அம்பு! வேலைப்பற்றி சொல்லும் பொழுது யானை பிழைத்த வேல்! இந்த அம்பாலே முயலைக் கொன்றேன்; இந்த அம்பாலே முயலைக் கொன்றேன் என்று தூக்கித் திரியாதே! அது உனக்குச் சிறப்பைத் தராது. இந்த வேலுக்கு யானை பிழைத்தோடிப் போயிற்று. இந்த வேலுக்கு யானை பிழைத்தோடிப் போயிற்று என்று சொல்லு! அது உனக்குப் பெருமை தரும்! இவை எல்லாம் பதவுரை, பொழிப்புரை, கருத்துரை என்ன தெரியுமா? சிறிய காரியங்களிலே முயன்று வெற்றிபெறுவதை விடப் பெரிய காரியங்களிலே முயன்று தோல்வி அடைவது சிறப்பு! இது வள்ளுவர் கருத்து. அமெரிக்கப் பேராசிரியர் என்ன புதுக் கருத்தைக் கண்டுபிடித்து விட்டார். இரண்டு ரூபாய்க்குப் புதுக் கருத்து! "கான முயலெய்த அம்பினில் யானை பிழைத்த வேல் ஏந்தல் இனிது' என்ன உயர்வு பாருங்கள்! இத்தகைய உயர்ந்த கருத்துக்களை நீங்கள் குறளிலே பார்க்கலாம்.

பொருளாதாரம்

இப்பொழுது மின்சாரம் கிடைப்பதில்லை. மில்களிலெல்லாம் வாரத்துக்கு மூன்று நாட்கள்தான் வேலை நடக்கிறது. முதலாளிகளுக்கும் வருமான மில்லை. இதற்கு என்ன வழியென்று குறளைப் புரட்டுங்கள். சங்கதி இருக்கிறது இதில் பொருளாதாரம் எப்படி? பெரிய பொருளாதார நிபுணர் வள்ளுவர். எந்தத் துறையிற் பார்த்தாலும் அந்தத் துறையிலே 'துறைபோக அறிந்தவர். வள்ளுவர்'. உலகிலே வள்ளுவர் ஒரு தனிமனிதர். பொருளாதாரத்திற்கு என்ன வழி? குறளைப் புரட்டுங்கள். சொல்லுகிறார். என்ன சொல்லுகிறார்? வருமானம் குறைந்து போய் விட்டதா? கவலைப் படாதே என்கிறார். அவர் கொடுக்கிற ஊன்றுகோல் என்ன தெரியுமா? வருமானம் குறைந்து போனால் செலவு இனத்தைச் சுருக்கிக் கொள் என்பதுதான்.

"ஆகாறு அளவிட்டி தாயினுங் கேடில்லை
போகாறு அகலாக் கடை"

வருமானம் குறைந்து போனாலும் கவலைப் படாதே; செலவினங்கள் விரியாமலிருந்தால் போதும். குளத்தின். வரத்துக் கால் அடைபட்டுப் போனாலும் பரவாயில்லை; வடிகாலை மட்டும் திறந்துவிடாதே.

வறுமை

வறுமை வந்துவிட்டால் கலங்காதே! போய்ப் பார் ஒவ்வொருவரையும் வறுமை வந்தால் தான் சுற்றத்தார்களை யெல்லாம் அளந்து பார்க்கிற ஒரு அளவுகோல் கிடைக்கும்!

"கேட்டினும் உண்டோர் உறுதி கிளைஞரை
நீட்டி அளப்பதோர் கோல்"

சூதாடி வள்ளுவர்

முதல் நம்பர் சூதாடி வள்ளுவர். அவர் மாதிரி சூது அறிந்தவர் பிறரில்லை. எந்தத் தொழிலை எடுத்தாலும் அந்தத் தொழிலைத் துறைபோக அறிந்தவர் வள்ளுவர்.

அநேக பிள்ளைகள் அரை வருஷப் பரீட்சை முடித்த வுடனேயே சீட்டுக் கட்டை எடுத்துக் கொள்வார்கள். டப் டப் என்று அடித்து, சீட்டை, படிப்பை, பணத்தை, நாட்டை தொலைத்துப் பாழாக்கி விடுவார்கள். இது அமெரிக்காவுக்கும் நம் நாட்டுக்கும் ஒப்பந்தம் போலும். அது இந்தியாவைக் கைத்தொழிலிலே வளர்க்கிறது. மாதம் இரண்டு கப்பல் சீட்டுக் கட்டுகளை இங்கே இறக்குமதி செய்து (சிரிப்பு).

சூதாடாதே

ஏன் தம்பி சீட்டு? என்றால், இதனால் மூளை விரியுது என்கிறார்கள். மூளை விரியுதாம் அப்படியே (சிரிப்பு) இங்கே சூதாடிகள் பல துறையினர். சிலர் டபுள் 5, சிங்கில் 6 என்று சூட்டிங் அடிப்பார்கள். சிலர் ஆடுவார்கள். சீட்டாடும் சூதாடி தான் மாத்திரமல்ல, இன்னும் மூன்று பேர்களையும் இழுத்து வைத்து அவர் களையும் பாழாக்குகிறான், 'வாங்க பிரதர் ! உட்காருங்கள்!' என்று (சிரிப்பு) இவன் ஒருவனாகக் கெட்டுப் போகிறதில்லை பாருங்கள். இங்கே கொடிக்கால் தொழில் கெடுகிறது. கைத்தொழில் கெடுகிறது. ஆலைத் தொழில் கெடுகிறது. வர்த்தகம் கைத்தொழில் எல்லாம் இங்கே பாழாகின்றன. காலையிலிருந்து மாலை வரைக்கும், இன்னும் மூன்று ஆட்களைச் சேர்த்துக் கொண்டு, இங்கே நாடு பாழாகிறது. அமெரிக்காவில் என்ன வளர்கிறது? சீட்டுக் கப்பல்களை இரண்டு, இரண்டு ஆக அனுப்பி விட்டு, அட்டைக்கூழ் காய்ச்சுகிற கம்பெனி, சாயம் காய்ச்சுகிற கம்பெனி, அச்சு அடிக்கிற கம்பெனி, கப்பல் கட்டுகிற கம்பெனி எல்லாம் வளர்கின்றன! அங்கிருந்து யாவும் ஒழுங்காய் வந்து இறங்குகின்றன. நமக்கும்

அமெரிக்காவுக்கும் நிரம்ப ஒற்றுமை. அவர்கள் இரண்டு இரண்டு கப்பல் சீட்டுக் கட்டுகளை அனுப்பிக் கொண்டே இருக்க வேண்டியது. இங்கே அவற்றைக் கொண்டு விளையாடி நாட்டுத்தொழில் எல்லாம் பாழாக வேண்டியது. இங்கே நடக்கிறது அப்படி! இதைப்பற்றி வள்ளுவரைப் போய்க் கேட்டால் 'சூதாடாதே' என்கிறார். அதற்கு ஒரு குறள் கூறுகிறார்.

"ஒன்றெய்தி நூறிழக்கும் சூதர்க்கும் உண்டாம்கொல்
நன்றெய்தி வாழ்வதோர் ஆறு"

என்று, இதற்குப் பரிமேலழகர் ஓர் உரை எழுதியிருக்கிறார். அவருக்குத் தெரிந்த வரையிலும் எழுதியிருக்கிறார். அவ்வளவு தானே! அந்த உரை தவறு. வள்ளுவர் கருத்து அதுவன்று. ஆனால் இருக்கின்ற உரைகளிலே பரிமேலழகர் உரைதான் பெரும்பாலும் நல்ல உரை. அதை நீங்கள் ஒப்புக் கொள்ளத்தான் வேண்டும்.

தவறான கருத்து

ஆனால் அந்த நல்ல உரையிலும் பல குறள்களுக்குத் தவறான கருத்துக்களை அவர் கூறியிருக்கிறார். அதுவும் சொல்லித் தானே தீர வேண்டும். அதிலே இந்தக் கருத்தும் ஒரு தவறான கருத்து. அவர் சொல்கிறார் சூதாடுகிறவனிடத்தில் போய்ச் சூதாடாதே என்று ஏன் சொன்னார். சூதாடுகிறவன் இன்றைக்கு ஒரு ரூபாய் ஜெயிப்பானாம் அந்த ஆசையாலே நாளைக்கு நூறு ரூபாய்களைத் தோற்று விடுவானாம். "ஒன்றெய்தி நூறிழக்கும் சூதர்" என்று சொல்லுகிறார். இது சரிதான். ஓர் அளவுரை மேற்போக்காகப் பார்த்தால்! கொஞ்சம் ஆழமாகப் பார்த்தால் தப்பு என்று படுகிறது. இப்பொழுது நானும் நமது தலைவரும் சீட்டு ஆடுகிறோம் என்று வையுங்கள். நான் இன்றைக்கு ஒரு ரூபாய் ஜெயித்து, நாளைக்கு நூறு ரூபாய் தோற்றுவிடுகிறேன். எனக்குப் பொருந்துகிறது கருத்து. அவர் ஒரு ரூபாய் தோற்று நூறு ரூபாய் ஜெயித்தவராகி விட்டாரே. அவருக்கு எப்படி

பொருந்தும் இந்தக் குறள்? வள்ளுவர் அவ்வளவு மோசமான ஆளா? ஒருதலைச் சார்பாக இருக்காதே அவர் நீதி. எனக்கும் அவருக்கும் பொருந்துகிற மாதிரி யல்லவா ஒரு பொருள் இருக்க வேண்டும். அதில் பரிமேலழகர் பொருளைக் கொண்டால் ஒரு ரூபாயை ஜெயித்து நூறு ரூபாயைத் தோற்கிறவனுக்கு மட்டும் சொல்லியிருக்கிறதே தவிர, அவனோடு விளையாடி ஒரு ரூபாயைத் தோற்றுவிட்டு நூறு ரூபாயை ஜெயிக்கிறவனுக்கு ஒன்றும் சொல்லவில்லை என்றே கொள்ள வேண்டியிருக்கும். அப்போது உண்மையான பொருள் எனன? துருவிப் பார்த்தால் அறிவுக்குத் தீனி கிடைக்கிறது. என்ன தீனி? பணத்தின் எண்ணிக் கையிலே போய்விட்டார் பரிமேலழகர். அவ்வளவுதான். வள்ளுவர் பணத்தின் மேற் போகவில்லை.

எல்லாம் இழக்கும் சூதாடி

சூதாடிப் பயல் நூறை இழந்து விடுவானாம். நூறு என்றால் ரூபாயல்ல; மானம், குலம், கல்வி, வண்மை, அறிவுடைமை, தானம், தவம், முயற்சி, தாளாண்மை, இன்பம், பெற்றோர், உற்றார், உறவினர், நண்பர், நாட்டார், ஆடு, மாடு, வண்டி, வாகனம், நீர், நிலம், பொன், பொருள், போகம், ஆடை, அணி அத்தனையும் இழந்து விடுவானாம் சூதாடி; எல்லாவற்றையும் இழந்துவிட்டு, ஒன்றே ஒன்றைமட்டும் பெறுவானாம். என்ன அது? "சூதாடிப் பயல்" என்ற பெயரைத்தான் பெறுவானாம். இவ்வளவும் குறளிலேயே இருக்கிறது. திரும்பி இப்பொழுது படியுங்கள். பொருள் விளங்கும். ஒன்று பெறுவான் என்பதை முன்னமே சொல்லி விட்டார். "ஒன்றெய்தி நூறிழக்கும் சூதர்" அவன் எய்திய பட்டம் அதுதான். ஒன்றை எய்தி நூறு இழக்கும் சூதர். ஒன்றுக்கு வந்துவிட்டது சூதர் என்று, இழக்கிற நூறை எப்படிச் சொல்லுகிறார். வாழ்க்கைக்கு வேண்டியது அத்தனையும் சூதாடிப் பயல் இழந்துவிடுவான். இழந்து விட்டதனாலே அவனுக்கு நல்ல வாழ்க்கை ஏது? என்று கேட்கிறார் பாருங்கள். "ஒன்றெய்தி நூறிழக்கும் சூதர்க்கும் உண்டாங்கொல், நன்றெய்தி வாழ்வதோர் ஆறு?" ஒன்றைப்

பெற்று நூறை இழக்கின்ற சூதாடிகளுக்கு நல்லவைகளை எய்தி வாழ்கின்ற வாழ்க்கை ஏது? என்றே நம்மைக் கேட்கிறார். எவ்வளவு பெரிய உயர்ந்த கருத்துப் பாருங்கள்!

குடி

எல்லோருக்கும் நீதி சொன்ன வள்ளுவர் 'கள்' குடிக்கிறவனுக்கு மட்டும் ஒன்றும் சொல்ல மாட்டேன் என்கிறார். இப்போது கள் ஒழிந்து போய் விட்டது. நடைமுறையிலே? பழக்கத்திலே...? (சிரிப்பு) இப்போது கண்டுபிடித்திருக்கிறார்கள் 'குடி தீமை தரும்' என்று. வள்ளுவர் அந்தக் காலத்திலேயே கண்டுபிடித்து ஒழித் திருக்கிறார். இப்போது சேலத்திலே ஒரு கூட்டமே இத் தொழிலை நடத்துகிறது. முன்பு வரி கொடுத்துக் கள் விற்றுக் கொண்டிருந்தது ஒழிந்து இப்போ வரி கொடுக்காமல் கள் விற்கிற வேலை நடந்து கொண்டிருக்கிறது. ஒசூரில் ஒரு கூட்டத்தார் 90 பேர் சேர்ந்திருக்கிறார்கள். என்னமோ அதிகமாகத் தண்டித்தால் மூன்று மாதம் தண்டிப்பார்களாம். 90 பேர் மனைவி மக்களோடு இந்தக் கம்பெனியிலே சேர்ந்திருக்கிறார்கள். விற்கிறவனைப் பிடித்துக் கொண்டு போய்ப் போலீசார் அடைத்து விடுகிறார்கள். மூன்று மாதம் தண்டனை கிடைக்கிறது. போய் விடுகிறார்கள். அடுத்த நாள் இன்னொருவன் வந்து விடுகிறான். அந்த இடத்துக்கு வரிசைக் கிரமமாக இருக்கிறார்கள். அந்த 90 பேரும்.

இரண்டாவது ஒருவன் வருகிறான். அவனைப் பிடித்துக் கொள்ளுகிறார்கள். மூன்றாவது ஒருவன் 88வது ஆளும் போயிடுவான். 90 வது ஆளையும் 90ஆம் நாள் பிடித்து விடுவார்கள்.

91ஆம் நாளில் முதலில் சிறைக்குச் சென்றானே அவன் வந்திடுவான் காய்ச்சுகிறதுக்கு. அப்படி அந்தச் சக்கரம் சுற்றுகிறது (சிரிப்பு) கம்பெனி ஒழுங்காய் வேலை செய்கிறது. காய்ச்சுகிறது. விற்கிறது. பணம் வருகிறது. எந்தக் கம்பெனி ஐ.பி. கொடுத்தாலும் இந்தக் கம்பெனி கொடுக்காது.

ஒழுங்காக நடக்கிறது. அந்தத் தொழில்கள் ஒழிந்து போய்விட்டது என்கிறார்கள். ஆனால் இருக்கிறது.

குடிகாரன்

வள்ளுவர் அந்தக் காலத்திலேயே கள் குடிக்கிறவனுக்கு மாத்திரம் நான் புத்தி சொல்ல மாட்டேன் என்றார். ஏன் ஐயா! கொஞ்சம் சொல்லுங்களேன் என்றால், சொல்ல மாட்டேன் என்று கூறுகிறார். காரணம் கேட்டால், "எப்படிப் பட்டவனுக்கும் புத்தி சொல்லி அவனைத் திருத்திவிடலாம். குடிகாரனுக்கு மட்டும் புத்தி சொல்லி அவனைத் திருத்த முடியாது'' என்று கூறுகிறார். அப்படிச் சொன்னால் நமக்கும் தெரியாதாம். அதற்கு ஓர் உவமையும் சொல்லுகிறார். குடிகாரனுக்குப் புத்தி சொல்லி அவனைத் திருத்துகிற வேலை பயனற்றது. தண்ணீரில் முழுகினவனைத் தீவட்டி பிடித்து தேடுகிற மாதிரி அந்த வேலை என்கிறார். குடிகாரனுக்குப் புத்தி சொல்லித் திருத்துகிற வேலை தண்ணீரில் மூழ்கிப் போனவனை எங்கே அவன் உடல் இருக்கிறது? என்று தீவட்டி பிடித்துத் தேடுகிற மாதிரியாம். விளக்கைப் பிடித்து அவனைத் தேடுவது வீண் முயற்சி என்று சொல்கிறார். இதிலே ஒரு என்ன தெரியுமா?

விளக்கெண்ணெய் ஊற்றிப் பந்தம் சுற்றி எரிகிற தீவட்டி தண்ணீரிலே நுழையும் போதே "சொய்'' என்று அணைந்து போகுமாம். குடிகாரனுக்குச் சொல்லுகிற புத்தியும் அப்படியே காதிலே ''சொய்" என்று அணைந்து போகுமாம்; உள்ளே போகாதாம். அங்கே கற்பனை வேறு ஓர் அழகு (சிரிப்பு) நான் சொல்ல மாட்டேன் என்கிறார். ஐயா! இப்படிச் சொல்லிவிட்டுப் போகலாமா? ஏதாகிலும் சொல்லுங்கள் என்று ஒருவன் கேட்கிறான். வள்ளுவர் அவனை விட்டுவிட்டு நம்மைக் கேட்கிறார். இந்தக் குடிகாரன் குடிப்பான் அல்லவா? குடிப்பான். என்றைக்காவது ஒருநாள் குடிக்காமல் இருப்பானல்லவா? இருப்பான். அப்போது, குடித்த ஒருவனைப் பார்க்க மாட்டானா? பார்ப்பான்! ஏன், பாதையில் அவன் கால் மாறி மாறி மாறு நடை போடுகிறது? நடை

போடுகிற அழகு. அவன் வாயில் ஊறி நெஞ்சில் வழிகிற எச்சில், போகிற போக்கு! 'ஏய் யார்ரா அவன் என்னைப் பார்க்காமல் போர்ரவன்?" என்று அவன் பேசுகிற பேச்சு! வாய் குழறுதல்! இக்காட்சிகளைப் பார்க்க மாட்டானா? பார்ப்பான். 'பார்த்தால் குடிக்க மாட்டானே' என்று சொல்லுகிறார். குடிக்கிற ஒருவன் குடியாதபோது குடித்தவனைப் பார்த்தால் நாமும் குடித்திருக்கிறபோது இப்படித்தானே பிறரால் இகழப் படுவோம் என்று எண்ணுவானே! எண்ணியபின் குடிக்க மாட்டானே? என்று நம்மைக் கேட்கிறார்.

"கள்ளுண்ணாப் போழ்தில் களித்தானைக்
உள்ளான்கொல் உண்டதன் சோர்வு?"

என்ன கேள்வி பாருங்கள்! கள் உண்ணாப் போழ்தில் களித்தானைக் காணுங்கால் உள்ளான் கொல். நினைக்க மாட்டானோ, உண்டதன் சோர்வு? "நாமும் குடித்தால் இப்படித்தானே சீரழிவோம் மக்கள் முன்னே! என்று எண்ணமாட்டானா? எண்ணுவான்! எண்ணினால் கள் குடிக்க மாட்டானே!" என்கிறார்.

தாயும் சான்றோரும்

பெற்ற தாயையும், சான்றோரையும் கொண்டு வந்து நம் முன்னே நிறுத்துகிறார் வள்ளுவர். இரண்டு பேருக்கும் இலக்கணம் சொல்லுகிறார். பெற்ற தாய் என்ன குற்றம் செய்தாலும் பொறுப்பாளாம். சான்றோர் ஒரு சிறு குற்றம் செய்தாலும் பொறுக்க மாட்டார்களாம்.

இது இருவருக்கும் இலக்கணம். அம்மா! உன் மகன் சூதாடிக் கொண்டிருக்கிறான் என்று ஒருவன் போய்ச் சொல்வானாம். போடா! ஆடமாட்டானே வேடிக்கை பார்த்துக் கொண்டிருப்பான் என்பாளாம். அந்தத் தாய் உள்ளத்தை அப்படிப் படம் பிடித்துக் காட்டுகிறார். அம்மா! உன் மகன் திருடிவிட்டான் என்று போலீஸ்காரன் பிடித்துக் கொண்டு போகிறான் என்று ஒருவன் சொல்லுவானாம். "ஐயோ! என் மகன் திருட மாட்டானே; எந்தத் திருட்டுப்பய பிள்ளையோ

என் பிள்ளையைக் கூட்டிக் கொண்டு போயிருக்கும்" என்று ஓடுவாளாம். எந்தத் திருட்டுப் பய பிள்ளையோ இவள் பிள்ளையை கூட்டிக் கொண்டு போய்விட்டதாம். திருடமாட்டானே என்று ஓடுவாள். சூதாடப் பணம் கேட்பானாம். "ஏண்டா கெட்டுப் போகிறே!" என்று கூறிப்பணமும் கொடுப்பாளாம் (சிரிப்பு) என்றைக்காவது ஒரு நாள் திருந்திவிடுவான் என்கிற அந்த ஆசை! பத்துத்தடவை கொடுப்பாளாம். பதினோராவது தடவை இல்லையென்று கூறிக் கடன் வாங்கி கொடுப்பாளாம். பன்னிரண்டாம் தடவை கேட்பானாம்

"இல்லை" யென்பாளாம். - ஓங்கி அறைவானாம் - அறைந்தவுடனே இரண்டு பற்கள் விழுமாம். இரத்தம் கொட்டுமாம்.

"பாவிப் பயலே! ஏண்டா அடிக்கிறே?" என்னுமாம் அவள் வாய் அவள் உள்ளம் நினைக்குமாம்? 'நான் பெற்ற பிள்ளைக்கு எவ்வளவு வலுவு இருக்கிறது' அடித்தா பல் விழுகிறதே' என்று மகிழுமாம் (சிரிப்பு). இவ்வளவு வலுவு இருக்கிறதே' அடியே காமாட்சி! கமலம், இங்கே பிள்ளை சாண் இருந்தான். முழம் இருந்தான். இப்போது உன் உயரம் இருக்கிறான். அடித்தா பல்லு உதிர்கிறது கமலம்! அவ்வளவு வலுவு இருக்குது அவனுக்கு (சிரிப்பு).

பெற்ற வயிறு! எந்தக் குற்றம் செய்தாலும் தாய் பொறுப் பாளாம். சான்றோர் சிறு குற்றம் செய்தாலும் பொறுக்க மாட்டாராம். இப்படி இலக்கணம் கூறிக் காட்டுகிறார்.

தாயும் பொறுக்க மாட்டாள்

எந்தக் குற்றம் செய்தாலும் பொறுக்கின்ற தாய் கூட தன் மகன் குடித்திருக்கிறானென்றால், "தூ" என்று துப்பி வெறுத்து விடுவாளாம். ஏன்? மற்றக் குற்றமெல்லாம் கேட்டுப் பார்ப்பது. நம்புவது; இது கண்ணிற்கு முன்னே தெரிவது, ஐயோ! என் மகன் குடித்து விட்டானோ அறிவு இழந்து விடுவானே! குடிப்பெருமை போச்சே! நாட்டுக்கு உதவானே!

பாழ்பட்டுப் போனானே! அவனைப் பெற்ற வயிறு பற்றி எரியுதே; என்று கூறி நீ என் பிள்ளையா? நான் உன்னைப் பெற்ற தாயா? 'போ' என்று வெறுத்து விடுவாளாம். இப்போது கேட்கின்றார் கேள்வி வள்ளுவர் நம்மிடத்தில் வந்து. எந்தக் குற்றம் செய்தாலும் பொறுக்கின்ற தாய் முன்பு கூடக் குடி வெறுக்கப் படுமானால் ஒரு சிறு குற்றங்கூடப் பொறுக்க மாட்டாத அறிவாளிகள் முன்னே குடிகாரன் என்ன ஆவான்? என்று கேட்கிறார். நீங்கள்தான் சொல்லுங்களேன் பதில்.

குறள் வேண்டுமா?

**"ஈன்றாள் முகத்தேயும் இன்னாதால் என்மற்றுச்
சான்றோர் முகத்துக் களி?"**

பெற்ற தாயின் முன்கூடக் குடி வெறுக்கப் படுமானால், மற்று என்ன ஆகும். சான்றோர் முகத்துக் களி! அறிவாளிகள் முன்னே இவன் என்ன ஆவான்?

எவ்வளவு பெரிய கருத்து? பாருங்கள். இவைகளையெல்லாம் நீங்கள் படித்து அறிய வேண்டும்.

வாணிகர்கள்

வியாபாரிகள் சிலரிருக்கிறார்களென்று தெரிகிறது. அவர்களுக்கு ஏதாவது சொல்ல வேண்டாமா? எங்கள் ஊரிலே சுப்பிரமணிய செட்டியார் என்று ஒருவர் இருந்தார். அவரிடம் "குறளைப் படியுங்கள்" என்றேன். "என்னத்துக்காக படிக்கணும்?"- "ஐயா! நான் படிக்கிறேன்". "நீங்கள் எங்கேயாவது பேசுகிறதற்குப் படிப்பீர்கள் நான் என்னத்துக்காகப் படிக்கவேண்டும்" என்றார். "போ, ஐயா" என்றேன் - இப்போது 20 நாட்களுக்கு முன்பு வந்து, "என்னாங்க அன்றைக்கு என்னமோ ஒரு நூலைப் படிக்க வேண்டுமென்று சொன்னீர்களே, என்ன பேருங்க? என்ன விலை? எங்கே விற்கும்?" என்றார். " போய்யா, நீதான் வியாபாரியாச்சே. உனக்கு வேண்டியதில்லையே" என்றேன். "உங்களுக்குச் சங்கதி தெரியாதுங்களா, இப்பத்தான் நான்

கடையை எடுத்திட்டேனே” என்றார் (சிரிப்பு) அவர் கருத்து, 'கடையிருந்தால் குறள் படிக்க முடியாது' என்பது போலும்! “ஏன் கடையை எடுத்து விட்டீர்கள்?” என்றேன் “உங்களுக்குச் சங்கதி தெரியாதுங்களா. எங்கள் அக்காள் மகன் ஒரு பையன் இருந்தான். இருபதினாயிரம் ரூபாய் மூலதனம் வைத்துக் கடை வைத்துக் கொடுத்தேன் அவனுக்காக. இந்தப் போக்கிரிப் பயல் பாருங்கள். பதினாலாயிரம் ரூபாய் மோசம் பண்ணி விட்டான். ஆறாயிரம் ரூபாய்தான் மீதமிருந்தது. கண்டுபிடித்தேன். உடனே அவனை நிறுத்திவிட்டான். இந்த ஆறாயிரம் ரூபாய் வியாபாரத்திற்கு இன்னொரு ஆளை நம்பிக்கை யுள்ளவன் என்று தேடிப் பிடித்து அவனைக் கொண்டு வந்து வைத்தேன். அப்புறம் எனக்கு இரவிலே தூக்கம் வருகிறதில்லை. அந்த முதற் பயல் மாதிரி, அயோக்கியப் பயலாய் இந்தப் பயலும் மாறி, ஆறாயிரத்தையும் சாப்பிட்டு விட்டுப் போய்விடுவானோ' என்கிற சந்தேகம் எனக்கு வந்து கொண்டே இருந்தது.

அவன் யோக்கியன்தான் என்றாலும், இதற்காக அவனை அடிக்கடி கொஞ்சம் கவனித்துக் கொண்டே வந்தேன். நான் சந்தேகப் படுகிறேன் என்பதை இந்தப் பயல் கண்டுபிடித்து விட்டான். கண்டு பிடித்ததும் இவன் வேறு வேலை செய்தான். இவன் நல்லவன் அல்லவா? அவனைப் போல் எடுத்துக் கொண்டு ஓடிப்போகாமல் என்ன செய்தான் தெரியுமா? பணம் வராத ஆசாமிகளாகப் பார்த்துக் கடன் கொடுத்துக் கணக்கில் பற்று எழுதி வைத்து, அந்த ஆறாயிரத்தையும் ஒழித்து விட்டுப் போய் விட்டான். நான் என்ன செய்வேன்? கடையை மூடி விட்டேன்” என்றார்.

வணிகரும் வள்ளுவரும்

“நீங்கள் முன்னமேயே குறளைப் படித்திருந்தால் இதுவெல்லாம் நடந்திருக்காதே” என்றேன் - ஏன்?" என்றார். 'இந்தக் கதையெல்லாம் திருக்குறளில் இருக்கிறதே" என்றேன். “அந்த முதல் ஆள் கதையா?” என்றார். “முதல் ஆளாவது இரண்டாவது ஆளாவது? முதல் ஆள் கதை,

இரண்டாவது ஆள் கதை, உங்கள் கதை எல்லாம் இருக்கிறது குறளில்!" என்றேன்- அப்போது, "ஐந்து, ஆறு அதிகாரத்திலா" என்றார். "இல்லை, இல்லை, ஒரே குறளில் இருக்கிறது" என்றேன்- "எங்கே?" என்றார் - பாருங்கள்.

"தேரான் தெளிவும் தெளிந்தான்கண் ஐயுறவும்
தீரா இடும்பை தரும்"

"தேரான் தெளிவும்", நம்பிக்கை வைக்கத் தகாதவன் மீது நம்பிக்கை வைத்தலும், "தெளிந்தான் கண் ஐயுறவும்" அப்படி நம்பிக்கை வைத்த பிறகு அடிக்கடி அவன் மீது சந்தேகப்படுதலும், "தீரா ஒழுங்காய் இடும்பை தரும்" கடையே மூடப்படும் என்று இருக்கிறது (சிரிப்பு). அப்படியே இருக்கிறது அந்தக் குறளில் (சிரிப்பு). அந்தக் கடை மூடிகிறதில்கூட மூடிவிட்டால் திருப்பித் திறக்க முடியாதபடி மூடப்படும் என்றிருக்கிறது என்றேன். இப்போது அவர் குறளை வாங்கிப் படிக்கிறார்.

குறள் கடல்!

குறளில் இல்லாதது ஒன்றுமில்லை. எல்லாம் இருக்கிறது. நீங்கள் எதுவேண்டுமோ, அதைத் திருக்குறளிலே பார்க் கலாம். அது ஒரு பெரிய செல்வம்! ஒரு கடல்! முத்துக் குளிக்கிற ஒருவன் தன்னுடைய வலிமைக்குத் தகுந்த அளவிற்கு இவன் ஆழமாக மூழ்கி நிறைய முத்துகளை அள்ளி அள்ளிக் கொண்டுவந்து குவிப்பது போல, நீங்களும் குறளில் முழுகி, செல்வங்களைப் பெற்றுப் பயன்படுத்தி, பிறருக்கும் அள்ளி அள்ளி வழங்கலாம்.

மாணவர்கள்

"திருக்குறளிலே இல்லாதது ஒன்றுமில்லையா?" என்று கேட்பார்கள். அந்தக் காலத்திலேயே நான் சிறு பிள்ளையாயிருந்து படிக்கும் பொழுது ஓர் ஆசிரியர் திருக்குறளில் எல்லாம் இருக்கிறது என்றார். துப்பாக்கி

இருக்கிறதா? என்றான் ஒருவன்- ஓ ! இருக்கிறதே என்றார். (சிரிப்பு)

துப்பாக்கி குறள்

"துப்பார்க்குத் துப்பாய துப்பாக்கித் துப்பார்க்குத்
துப்பாய தூஉம் மழை"

என்பார் 'ஓ! ஐந்து, ஆறு துப்பாக்கி இருக்கிறதா? சரிதான்' என்பான். (சிரிப்பு)

குறளும் கிராப்பும்

என்னுடன் ஒரு பையன் படித்துக் கொண்டிருந்தான். அவன் இந்த கிராப் செய்கிறதற்குத் திருக்குறளில் ஏதாவது இருக்குங்களா? என்றான் - (சிரிப்பு) ஓ! இருக்கிறதே!

"மழித்தலும் நீட்டலும் வேண்டா உலகம்
பழித்தது ஒழித்து விடின்"

என்று துறவிகள் இரண்டு பிரிவு. "ஏ" ஒன்று "பி" ஒன்று. இந்த 'ஏ' பிரிவு. அடியோடு மழுங்க மொட்டை யடித்துக் கொள்வார்கள் (சிரிப்பு) 'பி' பிரிவு நீளமாய்ச் சடையை வளர்த்துப் பிரிமணை மாதிரித் தலையிற் சுற்றி, அதன்மீது காவித் துணியைக் கட்டிக் கொண்டிருப்பார்கள்.

வள்ளுவர் சொல்லுகிறார். உண்மையான துறவிகளுக்கு இந்த இரண்டு வேடமும் தேவையில்லை. உலகம் பழிக்கின்ற தவறான செயல்களை ஒழித்து விடுவது ஒன்றே துறவிகளுக்கு வேண்டுவது' என்று கூறுகிறார். "மழித்தலும் நீட்டலும் வேண்டாம்' எப்போது? "உலகம் பழித்தது ஒழித்துவிடின்" மழித்தலும் நீட்டலும் வேண்டாம் என்று துறவிக்குச் சொன்னார். இப்போது நான் உங்களைக் கேட்கிறேன் - "மிகவும் நீளமாக வளர்க்காதே. மொட்டையும் அடித்துக் கொள்ளாதே" என்றால், கிராப் பண்ணிக்கொள் என்று தானே பொருள்! (சிரிப்பு) இம்மாதிரியான குறள்கள்

மாணவர்களுக்குப் பொருட் செறிவோடு நகைச்சுவையும் அளிப்பதாக இருக்கும்.

திருடர்கள்

இரயில் நிலையத்தில் ஒருவன், "நாலணா கொடுங்கள் ஐயா! நாலணா கொடுங்கள்" என்றான். 'ஏன்?' என்றேன். என்ன சொன்னான் தெரியுமா?

"மணிபர்ஸ் எவனோ பிக்பாக்கட்காரன் அடிச்சிட்டுப் போயிட்டாங்க! போயிடுச்சிங்க. இப்ப இரயில் சார்ஜுக்குப் பணம் இல்லீங்க. கொஞ்சம் கொடுங்க!" என்றான். "சரிதான்! அவன் குறள் படித்திருக்கிறவன் போல் இருக்கிறது" என்றேன். 'பிக்பாக்கட்காரன் கூடவா குறள் படிக்கணும்? படித்திருப்பான்?" என வியப்போடு கேட்டான். ஆம். அவனுக்குக் கூட அதில் செய்தி இருக்கிறது என்றேன்.

திருடர்க்குச் செய்தி

"கொக்கொக்க கூம்பும் பருவத்து" கொக்கு எப்படி இருக்கிறதோ அம்மாதிரி காலம், நேரம், இடம், வாய்ப்பு ஏற்படுகிற வரை பொறுமையாகப் பார்த்திருந்து, 'கொக் கொக்க' அப்படிக் கொக்கின் வாய் மாதிரி இரண்டு விரலைக் கூட நீட்டிக்கொண்டிருந்து, வாய்ப்பு ஏற்பட்டதும் அடித்துக் கொண்டு போய்விடுவதாகும்.

"கொக்கொக்க கூம்பும் பருவத்து மற்றதன்
குத்தொக்க சீர்த்த இடத்து."

இக்குறளை அவர் மன்னர்களுக்குச் சொல்லி யிருக்கிறார். மன்னர் காலம் நேரம், இடமெல்லாம் பார்க்கிறபோது கொக்கு மாதிரிப் பொறுமையாயிருக்க வேண்டும். படையெடுக்கும் காலம் வந்துவிட்டால், 'குத்தொக்க சீர்த்த இடத்து' அதேமாதிரி தான் ஜேப்படித் திருடர்களும் கையை வைத்துக் கொண்டே, எப்படி? எந்தவிடத்தில்? எந்த விதத்தில் முண்டா கொடுக்கலாம்? என்று எண்ணி - 'கொக்கொக்க'

இருந்து, 'குத்தொக்க அடித்துக் கொண்டு போய்விடுகிறார்கள் என்றேன். (சிரிப்பு).

நீங்கள் சொல்லும் பொழுது என்னய்யா பிக்பாக்கெட்காரனுக்கு, மணிபர்ஸ் அடிக்கவா வள்ளுவர் குறள் எழுதினார்? என்று கேட்டுக்கொண்டு போகாதீர்கள். இங்கேயே கேட்டுவிடுங்கள். அவனுக்கு மட்டும் சொல்லவில்லை. நமக்கும்தான். நாம் திருக்குறளைப் படித்திருந்தால் எந்தப் பயலாவது திருட வந்தால் சட்டைப் பையில் விரலை மாட்டிக்கொள் என்கிறார். அவனைப் பார்த்து "எங்கேடா?" "கொக்கொக்க" "எங்கே கொக்கொக்க? (சிரிப்பு சட்டைப் பையில் விரலை மாட்டிக் கொண்டு, எங்கே கொக்கொக்க?" என்றால் என்ன செய்வான்? சரி இந்தப் பயலும் திருக்குறளைப் படித்திருக்கிறான் போலிருக்கிறது படிக்காதவனைப் பார்க்கலாமென்று போய் விடுவான் அவன் (சிரிப்பு). இவர்களிடமிருந்து நம்மைக் காப்பாற்றிக் கொள்வதற்காகவாவது நாம் திருக்குறளைப் படிக்க வேண்டும். அவ்வளவுதான். யாருக்கு, என்ன இல்லை திருக்குறளிலே? எல்லாம் இருக்கிறது குறளில்.

ஒற்றுமை

அதிலே இல்லாதது ஒன்றுமில்லை. ஒரே மேடையில் அரசியல் தலைவர்களெல்லாம் உட்கார்ந்திருப்பதைப் பார்த்திருப்பீர்கள். காங்கிரஸ் கட்சிக்காரர்கள் ஜஸ்டிஸ் கட்சிக்காரர்கள், திராவிடச் கழகக்காரர்கள், சோஷிய லிஸ்ட்காரர்கள், பொது வுடைமைக்காரர்கள் எல்லாரும் சில சமயங்களில் ஒன்றாக உட்கார்ந்திருப்பார்கள். எல்லோரும் ஒன்றாகி விட்டார்களென்று நீங்கள் நினைப்பீர்கள். இல்லையென்று சொல்லுகிறார் அவர். பங்காளிகளெல்லாம் சேர்ந்து காது குத்துகிறதற்கு மாமன் மைத்துனன் முன்னாலே ஆண்டவனுக்குப் பூசை போடும் போது எல்லோரும் ஒன்றாக இருப்பார்கள். ஆனால், உள்ளத்தே ஒற்றுமையிராது. வஞ்சினம் குடிகொண்டிருக்கும். 'இந்தப் பயல்களை நம்பாதே' என்கிறார் வள்ளுவர். எல்லாரும்

கூடியிருக்கிறார்களா? ஆமாம் எங்கே கூடியிருக்கிறார்கள்? இல்லை என்கிறார்- என்னய்யா இவ்வளவு பேர் ஒன்றாகக் கூடியிருக்கிறார்களே என்றால், எனக்குச் சொன்னால் தெரியாது என்று குயவனிடத்திலே போய் ஒரு பானையையும் ஒரு மூடியையும் எடுத்துக்கொண்டு வந்து அதன்மேல் மூடிக் காட்டுகிறார். சேர்ந்து இருக்கிறதா? ஆமாம், எங்கே சேர்ந்திருக்கிறது?" என்று பிரித்துக் காட்டுகிறார்.

"செப்பின் புணர்ச்சிபோல் கூடினும் கூடாதே
உட்பகை உற்ற குடி".

உள்ளத்திலே பகை இருக்கிறது. உதட்டிலே உறவு இருக்கிறது. இரண்டும் சுட்டது. சுட்ட சட்டி எப்படி ஒட்டும்; ஈரமண்ணாயிருந்தால் தான் ஒட்டும் "செப்பின் புணர்ச்சி போல் கூடினும் கூடாதே உட்பகை உற்ற குடி" என்ன அழகாய் அவர் கண்டு பிடித்து உவமை சொல்லியிருக்கிறார் பாருங்கள். எதை எடுத்தாலும் இப்படித்தான்.

விருந்து

விருந்தினரைப் பற்றி வள்ளுவர் சொல்லுகிறார். ஐந்தாம் ஜார்ஜ் அரசருக்குப் பட்டம் சூட்டும்பொழுது, தமிழ் நாட்டிலே ஒரு மரம் வைத்திருந்தார்கள், வெயில் அடிக்கிற வரைக்கும் தழைகளை விரித்துக் கொண்டிருக்கும். மாலை நேரம். ஆனால் இலைகள் ஒட்டிக் கொள்ளும் மரம் அது. இருளுக்குச் சிணுங்கும் மரம் அது. மரம் என்ன? செடி ஒன்றிருக்கிறது. ஆள் சென்று தொட்டால் சுருங்கிவிடும். விரலை எடுத்தால் விரியும். தொட்டாற் சிணுங்கிச் செடி அது. பூவில் ஒன்றிருக்கிறது. அப்பூவில் கைபட வேண்டியதில்லை. கிள்ள வேண்டியதில்லை. கசக்க வேண்டியதில்லை. அருகில் போய் மோந்தால் குழைந்து விடும் அது அனிச்சப் பூ. அனிச்சம் அது. மோந்தாலே அந்தப் பூ குழைந்து கசங்கித் தண்ணீராய்ப் போய்விடும். விருந்தாளிகளுடைய முகம் இருக்கிறதே அது இதைவிட அனிச்சமென்கிறார் அவர். வெயில் போனால் காய்ந்து போய் ஒட்டுகிற இலையை விட,

தொட்டால் சிணுங்குகிற செடியை விட, மோந்தால் குழையும் பூவைவிட, விருந்தாளி வந்தவுடனே அவனை, வெயிலில் போட வேண்டியதில்லையாம். தொட வேண்டிய தில்லையாம். முகக்க வேண்டியதில்லையாம். "பாவிப்பயல் வந்து சேர்ந்தாண்டா சோத்துக்கு இந்த நேரத்திலே'' என்று மனத்தில் நினைத்தாலே, விருந்தாளியின் முகம் குழைந்துவிடுமாம்.

"மோப்பக் குழையும் அனிச்சம் முகந்திரிந்து
நோக்கக் குழையும் விருந்து''

எப்படி? இக்குறள் பாருங்கள்! அனிச்சப் பூ மோந்தால் தான் குழையுமாம்; விருந்தாளியின் முகம், வேறுபட்ட முகத்தை அப்படிக் காட்டினாலே குழைந்து போய்விடுமாம். "சரிங்க, நான் வருகிறேனுங்க'' என்று பெட்டியை எடுத்துக் கொண்டு போய் விடுவானாம். "ஏன் சாப்பிட்டு விட்டுப் போகலாமே?" என்றால் - "இல்லை இல்லை, எனக்குப் பசியே இல்லை'' என்று போய் விடுவானாம். எப்படி விருந்து?

பணிவு யாருக்கு?

இன்னும் ஒன்று பெரிய கேள்வி, விறைப்பா யிருக்கிறது நல்லதா? பணிவாயிருக்கிறது நல்லதா? ஆராய்ந்து பாருங்கள். நான் மிகவும் பணிவாயிருக்கிறது நல்லது என்று படித்தவன். அப்படி இருக்காதே என்று கூறுகின்றார் வள்ளுவர்.

விறைக்கலாமா? என்றால் அப்படியும் இருக்காதே என்கிறார். பணிவாயிருக்கிறது எல்லோருக்கும் நல்லது என்று பல புலவர்கள் சொன்னார்கள். எவனுக்கும் தலைவணங்கா திருப்பது தான் சிறப்பு என்று சில புலவர்கள் சொன்னார்கள். வள்ளுவரைப் போய்க் கேட்டால், "நீ யார்? துப்புடையவனா? அற்றவனா?" என்று கேட்கிறார். "துப்பு துப்பு" என்றால் பணம் படைத்தவன் துப்புடையவன்; புலமையுடையவன் துப்புடையவன்; பத்து ஆளுடையவன் துப்புடையவன்; பலம் உடையவன் துப்புடையவன்; ஆடு, மாடு, நிலம், நீர்,நெல் முதலியவைகளை வைத்திருக்கிறவன் துப்புடையவன்.

இவைகளில் ஒன்றுமில்லாதவனைத்தான் "துப்பற்ற பயல்" என்று குறிப்பிடுவதுண்டு. நீ துப்புடையவனா? அற்றவனா? என்கிறார் - நான் துப்புடையவன் என்றால் பணிகிறது நல்லது என்கிறார். எனக்கு ஒன்றும் இல்லை ஏழை என்றால், விறைப்பாயிருக்கிறது நல்லது என்று கூறுகிறார். கேள்வி கேட்டுக் கொண்டு பதில். இத்தகைய உயர்ந்த எழில் மிகுந்த கருத்தை எவர் சொல்வார்? கடுமையாகவா இருக்கிறது குறளைப் பாருங்கள்.

"பெருக்கத்து வேண்டும் பணிதல் சிறிய
சுருக்கத்து வேண்டும் உயர்வு"

உயர்வும் பணிவும்

சாப்பிடக் கூப்பிடுகிறார்கள் என்று வைத்துக் கொள்ளுவோம். நீங்கள் பெரிய பணக்காரராக இருந்தால்; கூறுங்கள். அப்போதுதான் அவனுக்கு மகிழ்ச்சி. உங்களை வாழ்த்துவான், பாதையில் போகும்போதுகூட, "அவரா எங்கள் வீட்டிலே சாப்பிட்டுவிட்டு, இப்பொழுதுதால் வண்டி ஏறிக் கொண்டு வீட்டுக்குப் போகிறாங்கோ' என்றெல்லாம் சொல்லிக் கொள்வான். ஆனால், நீ ஒன்றும் இல்லாதவனாயிருந்தால், எவரும் "சாப்பிடு" என்றால், உட்கார்ந்து விடாதே. அது உனக்கு உயர்வு தராது என்கிறார் வள்ளுவர். மறுத்துச் சொல்லிப் போனால்தான் இன்னொரு நாளைக்கும் கூப்பிடுவானாம். சாப்பிடுங் களென்று. இந்த நான்கு அணாவை வைத்துக் கொள்ளுங்கள் என்றால், "இல்லை வேண்டாம்" என்று போய்விடவேண்டும். இல்லாதவன் உயர்ந்து காட்ட வேண்டுமாம். இருக்கின்றவன் பணிந்து காட்ட வேண்டுமாம்.

"பெருக்கத்து வேண்டும் பணிதல் சிறிய
சுருக்கத்து வேண்டும் உயர்வு"

எப்படி! வள்ளுவர் வாழ்க்கைக்கு வேண்டிய திட்டங்கள் எல்லாம் எப்படிப் போட்டுக் கொடுத்திருக்கிறார்? பாருங்கள்!

தாய்மார்கள் சிலர் வந்திருக்கிறார்கள். அவர்களுக்காக இரண்டு சொல்ல வேண்டும் அல்லவா? முதலிலே வள்ளுவர் கண்ட பெண்ணைவிடக் கம்பர் கண்ட பெண்ணை உங்களுக்குச் சொன்னால் நன்றாயிருக்கும்.

கம்பர் கண்ட பெண்

கம்பர் ஒரு பெண்ணைக் கண்டார் (சிரிப்பு). அறம் சொல்லி ஆயிற்று; பொருளும் சொல்லி ஆயிற்று. இன்பத்தையும் சொன்னால்தானே குறள் முடியும்? அதற்காகச் சொல்லுகிறேன்.

கணவன் சோறு கொண்டுவரச் சொல்லிவிட்டுப் போய் நிலத்தை உழுகின்றானாம். பஞ்சைவிட மெல்லியதாய் அவன் உழுது விட்டானாம். அவன் மனைவி சோறு கொண்டு போனவள், உழுதுகொண்டு போகிற தன் கணவன் அறியாமல் பஞ்சின் மெல்லடிப்பாவை, பஞ்சைவிட மெல்லிதாக உழுத அந்த மண்ணிலே தான் வருகின்ற ஓசை தெரியாமல் காலை வைத்துப் போய், சோற்றைக் கீழே வைத்து விட்டு, அவன் கண்ணைப் பொத்தினாளாம். அவன் ஏரை விட்டு விட்டு "யார்?" என்றானாம். இவள் கண்ணை விட்டு விட்டு அழுகிறாளாம். குய்யோ முறையோ! என்று. இவ்வளவுதான் பாட்டு! எதற்காக? என்ன செய்தான்? ஏன் அழுகிறாள்? ஏன் கண்ணைப் பொத்தினாய்? என்று திட்டவில்லை. வேலை செய்கிறது தெரியவில்லையா? என்று அடிக்கவில்லை. கையை இழுத்து எடுத்துவிடவில்லை. நகம் ஏதும் பட்டுவிடவில்லை. ஒன்றுமே இல்லை. அவன் கேட்ட அதெல்லாம் "யார்?" என்பதுதான். அவ்வளவுதான்! அவள் அழுகிறாள்! பாட்டு வேண்டுமா?

"ஆரென்னலோடும் அனலென்ன வெய்து உயிர்த்தாள். "யார்" என்றானாம். அனல் மாதிரிக் கண்ணீர் உகுத்து அழுது அலறுகிறாளாம். என்ன கருத்து. "ஐயோ பாவி! நீ வீட்டிலிருந்து இங்கே வந்து நிலம் உழுகிறாய் என்றல்லவா

நான், இவ்வளவு நாட்களாய் நினைத்துக் கொண்டிருந்தேன். கண்ணைப் பொத்தினவுடனே மனைவிதான் கண்களைப் பொத்த உரிமையுடையவளென்று நினைத்து, 'ஏண்டி கமலம்' என்று என் பெயரைச் சொல்லிக் 'கையை எடு' என்று ஏன் சொல்லவில்லை? 'யார்' என்று கேட்கக் காரணம் என்ன? இங்கே பல பெண்கள் வந்து உன் கண்ணைப் பொத்துவார்கள் போலிருக்கிறது (சிரிப்பு). நீ. யார்? யார் யார்? என்பாய் போலிருக்கிறது. அவள் ஒவ்வொருத்தியும் மீனாட்சி, காமாட்சியென்பாள் போலிருக்கிறது அப்படியென்றால் கண்ணை விடு என்று சொல்லிக் கொண்டிருப்பாய் போலிருக்கிறது. இந்தத் திருவிளையாடல் இங்கு நடைபெறுகிறதோ? ஐயோ! ஐயோ!! என்று அழுகிறாளாம் (சிரிப்பு). இப்படிப்பட்ட பெண்ணும், அப்படிப்பட்ட ஆணும் கூடி வாழுகிற நாடு அயோத்தி என்று அந்த நாட்டுச் சிறப்பிலே சொல்லிக் கொண்டு போகிறார் கம்பர்.

வள்ளுவர் கண்ட பெண்

ஆனால், வள்ளுவர் கண்ட பெண் இருக்கிறாளே அவள் ஒரு படி உயர்வு. 'நான் அரசனுடைய காரணமாகத் தூது போய்விட்டு வருகிறேன்' என்று புறப்படுகிறான். "சென்று விரைவினில் வந்து விடுகிறேன்" என்று கூறுகிறான். 'என்னிடம் சொல்லாதே' என்கிறாள் என்ன? "செல்லாமலிருந்தால் என்னிடம் சொல்லு! சென்று விரைவாக வந்து விடுகிறேன் என்பதானால், அதைக் கேட்டும் உயிரோடு இருக்கிறவளைப் பார்த்துச் சொல்லு!" என்றாளாம்.

"செல்லாமை உண்டேல் எனக்குரை மற்றுநின்
வல்வரவு வாழ்வார்க்கு உரை"

"நான் சென்று திரும்பி வருகின்றேன் என்பாயானால், அச்சொல்லைக் கேட்டதும் என் உயிர் போய்விடும். நீ போகாமலிருப்பதாய் இருந்தால் சொல்லு, என் உயிரும் போகாமலிருந்து கேட்டுக் கொண்டிருக்கும்" என்றாளாம். எவ்வாறோ ஆறுதல் கூறி, சென்று, திரும்பி வந்துவிட்டான்.

வந்த பிறகு இவள் பேசவில்லை. ஏன் பேசவில்லை என்றான். அப்போதும் பேசவில்லை. "பெண்ணே" சென்றிருந்த வேலை மன்னனுடையது. என்றாலும் நான் உன்னையே நினைத்துக் கொண்டிருந்தேன். என் கூட ஏன் பேசவில்லை?" என்றான்.

அதற்கவள், "என்னையா நினைத்துக் கொண்டிருந்தீர்கள்?" என்றாள். "ஆம்" என்றான். ஐயோ! ஐயோ! வென்று அழுகிறாள். என்னையேதானா நினைத்துக் கொண்டிருந்தீர்கள் என்று கேட்டு, அவன் ஆம் என்றதும் ஐயோ! ஐயோ!! என்று அழுகிறாள். ஏன்? சும்மா நான் பேசுவதை நீங்கள் கேட்டுக் கொண்டிருந்தால் எப்படி? கொஞ்சம் மூளைக்கு வேலை கொடுங்கள். என்னவாயிருக்கும்? இவள் கருத்து என்ன? "ஏன் என்னை நினைத்தாய்? அதற்கு முன்னே என்னை நினைத்தாய்? அதற்கு முன்னே என்னை மறந்திருக்க வேண்டுமே. மறந்திருந்தால்தானே நினைப்பு வரும்? மறந்து விடுவது, பிறகு என்னை நினைத்துக் கொள்வது அப்படித்தானே?' என்று கேட்டுக் கண்கலங்குகிறாள்.

"உள்ளினேன் என்றேன்மற் றேன்மறந்தீர்
புல்லாள் புலத்தக் கனள்." [என்றென்னைப்

என்பதே அக்குறள். என்ன உயர்ந்த பண்பு பாருங்கள்! அப்புறம் அவன் ஆண்பிள்ளையல்லவா? "சரி பெண்ணே! நான் ஒன்றுதான் இனிமேல் சொல்லுவேன்- என்ன சொல்லுகிறாய்; இந்த உயிர் சுடுகாட்டிற்குப் போகிற வரைக்கும் உன்னைவிட்டு இனிப் பிரியமாட்டேன். நீ நம்பு என்னை" என்றான். "அப்படியா" என்றாள். "ஆம்" என்றான். ஐயோ! ஐயோ! என்று அழுகிறாள். அந்தக் குறள் கூட இதுதான் பாருங்கள்.

"இம்மைப் பிறப்பில் பிரியலம் என்றேனாக்
கண்ணிறை நீர் கொண்டனள்"

இந்தப் பிறவியிலே நான் உன்னைவிட்டுப் பிரிவதில்லை என்று சொன்னான். சொன்னவுடனே அவள் அழுகிறாள். ஏன் அழுகிறாள்? அப்படியானால் என்னை அடுத்த பிறவியிலே

கைவிட்டு விடுவாய் போலும்! என்று சொல்லி அழுகிறாளாம். அவர்கள் வாழ்வு எவ்வளவு உயர்ந்தது பாருங்கள்!

மனைவிக்கு இடம்

மனைவியிடத்திலே கணவன் கொண்டிருக்கின்ற அன்புக்கு ஒரு சொற்றொடர் காட்டுகிறார். என்ன பொருள் பாருங்கள். உலகமெல்லாம் பார்த்துத்தான் மனைவிக்கு இடம் தேடுகிறான். ஒரு கணவன். உள்ளம் நெஞ்சம் எல்லாம் பார்த்து, கண்ணைத் தேடி எடுத்து, கண்ணிலே வெள்ளை விழியை நீக்கிக் கறுப்பு விழியை எடுத்து, கறுப்பு விழியிலே உள்ள ஒரு புள்ளியிலே ஒரு பாவை ஓடுகிறது பாருங்கள். அதைப்பார்த்து,

**"கருமணியிற் பாவாய்நீ போதாயாம் வீழும்
திருநுதற் கில்லை இடம்"**

"என் மனைவியை வைப்பதற்கு வேறு இடமில்லை நீ போய்விடு! அவளை வைக்கவேண்டும் அந்தவிடத்தில்" என்று கூறுகின்றான். என்னே தமிழனுடைய பண்பு! என்னே தமிழ் கூறும் மேலான காதல்! பாருங்கள். கண்ணிற் கருமணியுட் பாவாய் நீ போய்விடு, இதைவிட என் திருநுதற்கு வேறு இடம் இல்லை. எவ்வளவு பெரிய பண்பு! வள்ளுவர் தம் குறட்பாக்களில் எப்படிக் காட்டியிருக்கின்றார்? என்பதைப் பாருங்கள்.

பஞ்சம்

நான் இப்பொழுது காதல் எது? என்பதை விளக்கச் சிலவற்றைக் கூறினேன்- கம்பர் கண்ட பெண், வள்ளுவர் கண்ட பெண் என்று, நான் கண்ட பெண்ணைப் பற்றியும் சொன்னால் தான் இந்தக் கதை முடியும். (சிரிப்பு) நமது தமிழ்நாட்டுத் தலைவர்கள் ஆர்.கே.சண்முகம் போல உள்ளவர்களெல்லாம் தமிழ்நாட்டுக்கு இப்போது ஓர் இது வந்திருக்கிற தென்று எண்ணி விரைவாக வேலை

செய்யவேண்டு மென்று நினைக்கிறேன். தமிழ்நாட்டில் 56 துறைகள் உள்ளன. அந்த 56 துறைகளும் பாழாய்க் கிடக்கின்றன. கல்வித்துறை, கைத்தொழில் துறை, செல்வம், வெளிநாட்டு வாணிகம், அரசியல், சமூகம், பாதுகாப்பு, சட்டம், நிர்வாகம், ஒழுங்கு, ஒழுக்கம் அனைத்தும் பாழ்பட்டுக் கிடக்கின்றன. நாணயமான அரசியல் தலைவர்களுக்குப் பஞ்சம் வந்துவிட்டது. நேர்மைக்குக் கூடப் பஞ்சம் ஏற்பட்டுவிட்டது. எதற்கும் பஞ்சம்.

பேச்சாளிகள்

தமிழ்நாட்டு வடக்கெல்லையெல்லாம் பார்க்கப் போன போது கடப்பை, கர்நூல், அனந்தப்பூர், பெல்லாரி யெல்லாம் போய்ப் பார்த்தேன். அங்கு அதிகமாக விளைந்திருக்கும் பொருள் கூழாங்கல் ஒன்றுதான். அதுபோலத் தமிழ் நாட்டிலே ஒன்று, பேச்சாளிகள்தான் - விளைகிறார்கள்; செயலாளி களைக் காணோம். பேச்சு இவ்வளவு மலிந்து வேறு எங்கும் இருக்காது. அதுவும் செயல் திட்டமில்லாத வெறும் பேச்சாக இருக்கும். பேச்சும் தேவை என்கிறான் பிற நாட்டான். பேச்சே தேவை என்கிறான் தமிழ்நாட்டான். அவ்வளவுதான்!

பெரும் வேலை

இன்றைக்குத் தமிழகத்திலே உள்ள பெரிய தலைவர்களெல்லாம் ஒன்றுகூடிப் பன்னிரண்டு வட்டங்களும் தெற்கே மூன்று - மதுரை, இராமநாதபுரம், திருநெல்வேலி; கிழக்கே மூன்று - திருச்சி, தஞ்சை, தென் ஆர்க்காடு; மேற்கே மூன்று - சேலம், கோயமுத்தூர், நீலகிரி, வடக்கே மூன்று - வட ஆர்க்காடு, செங்கற்பட்டு, சென்னை இந்தப் பன்னிரண்டு வட்டத்திற்கும் நல்ல பெரிய அறிஞர்களாகப் பார்த்துப் பத்துப் பத்துப் பேரைத் தேடியெடுத்து நூற்றிருபது பேர் ஒன்று சேர்ந்து அதற்குத் தமிழர் பேரவையென்று பெயரிட்டு, 56 துறைகளுக்கும் 56 அமைச்சர்களைப் போட்டு ஆக்க வேலைகளை இன்றைக்குத் தொடங்கினால், இன்னும் அறுபது ஆண்டுகளிலாவது, மூன்று

தலைமுறை களிலாவது தமிழ் மக்கள் தம் முன்னேற்றப் பாதையிலே வலக்காலை முதற்படியிலாவது எடுத்து வைப்பார்கள். இல்லாவிட்டால் தமிழ்நாடும் அழியும்; தமிழ் மொழியும், தமிழ் மக்களும் அழிந்தே போய் விடுவார்கள். அத்தோற்றம் எனக்கும் காட்சி யளிக்கின்றது. இத்துணைத் துறைகளிலும் எனக்கு 55 துறைகளைப் பற்றிக் கூடக் கவலையில்லை. இந்த 56வது துறை இருக்கிறதே அது எனக்குப் பெரும் கவலையாய் இருக்கிறது.

பெண்மைத் துறை

அது தமிழ்நாட்டுத் தாய்மார்களைக் கொண்ட பெண்மைத் துறையாகும். அது மிகவும் பாழ்பட்டிருக்கிறது. முதலில் உடலில் வலிவு இல்லை. சென்னை மாகாணத்திலே உள்ள பெண்கள் கல்லூரிகள் பலவற்றிலிருந்து எனக்குப் பேசும் படி அழைப்பு வரும். ஆண்டுக்கு ஒருமுறை இருமுறை பல பெண்கள் கல்லூரிகளுக்குப் போய் வருகிறவன் நான். நல்ல உடல் நலமுள்ள பெண்கள் இரண்டு மூன்று பேரைக் கூட அங்கு பார்க்க முடியவில்லை. எல்லாம் பி.ஏ, எம்.ஏ படிக்கின்ற மாணவிகள்தாம். படிக்கும் பொழுதே அங்கு இருமுவதற்கு ஆரம்பித்து விடுகிறார்கள். இன்னும் திருமணம் செய்தால் என்ன ஆவது? (சிரிப்பு) அப்பெண்கள் ஒரு குழந்தை, இரண்டு குழந்தைகளைப் பெற்றால் என்ன ஆகுமோ என்றும் தெரியவில்லை (சிரிப்பு).

திருநெல்வேலியிலிருந்தும், கோயமுத்தூரிலிருந்தும் சென்னை வரைக்கும் சென்று பெண்கள் கல்லூரிகளைப் பார்த்திருக்கிறேன். நூற்றுக் கணக்கான பெண்கள் தமிழை விரும்பிப் படிக்கிறார்கள். ஒரு கல்லூரியில் பெயருக்குமுன் தமிழிலேயே தலைப்பெழுத்தும் போட வேண்டும் என்று சொன்னேன். அடுத்த வருடம் அங்கு சென்றதும் தமிழில் தலைப்பெழுத்துக்கு ஆங்கில எழுத்தைத் தமிழ்ப் பண்ணிவிட்டோமென்று “தா' னாவுக்கு 'கூ' என்று போடாமல் 'கூாய' போட்டு, கூரிய பார்வதியென்று கூப்பிடச் செய்திருப்பதைக் கண்டேன். பள்ளிப் பெயர்ப் பதிவுக்

கணக்கில் கூட அப்படியே! அவ்வளவு தமிழ் உணர்ச்சி இப்போது பெண்களுக்கு வந்திருக்கின்றது. ஆனால், பாவம், எல்லாம் தட்டைக் குச்சிகளாய், எலிக்குஞ்சுகளாய் உடல் மெலிந்துபோயிருக்கின்றன.

உடல்நலம் குறைவது ஏன்?

தமிழ்நாட்டுத் தலைவர்களே! உடனடியாக ஒரு குழு நியமித்து நன்கு ஆய்தல் வேண்டும். இந்த இளம் பெண்கள் இவ்வளவு உடல்நலம் குன்றுவது ஏன்? படிப்பினாலேயே குன்றுகிறதா? சமுதாயத்தினாலேயே? அல்லது இந்தப் பவுடர் முதலிய மேல்நாட்டுப் பூச்சுகள் காரணமா? மஞ்சள் பூசாத காரணமா? சோப்பு நாகரிகமா? உடல் உழைப்பு இல்லாமையா? படிக்கின்ற ஆண் பிள்ளைகளைப் போல வெளியில் சென்று உலவி நல்ல காற்றில் தோய்ந்து கதிரவன் ஒளிக் கதிர்களில் மூழ்காததனாலா? சாணியைத் தொட்டு, பிசைந்து, கரைத்து, காலையிலே போடாமலிருக்கிற காரணமா? படுக்கை விட்டெழுந்தவுடன் பல் துலக்காமல் கூடக் காப்பி குடிக்கின்ற காரணமா? உணவு மாற்றமா? படிப்புத் தான் உடம்பை உருக்குகிறதா? கண்டுபிடிக்க வேண்டும். எனக்கு ஒன்றுமே விளங்கவில்லை. விரைவினில் ஒரு குழு நியமித்து எத்தனை நூறாயிரம் ரூபாய்களையாவது செலவு செய்து, இதை ஆராய்ந்து உண்மையைக் கண்டுபிடித்து அந்த வடிகாலை அடைக்காவிட்டால், இன்னும் இருபது முப்பது ஆண்டுகளுக்குள் வீரர்களைப் பெற்றெடுக்கின்ற தாய்மார்களே, மறக்குடி மங்கையரே இல்லாது அழிந்து போய் விடுவார்களென்று நான் அஞ்சுகிறேன். அவ்வளவு பெரிய ஆபத்து இன்று தமிழகத்தைச் சூழ்ந்திருக்கின்றது.

எங்கள் குடும்பம்

வெளியில் உள்ள தாய்மார்கள் என்ன? கல்லூரிகள் என்ன? எங்கள் குடும்பத்திலிருந்து பார்த்துச் சொல்லுகிறேன். மனம் கொதித்து, எங்கள் குடும்பம் மிகவும் பெரியது திருச்சிராப்பள்ளியிலே, சென்னை மாகாணத்திலேயே பெரிய

குடும்பம் இவ்வளவு பெரிய எண்ணிக்கையுள்ள குடும்பம் இந்தியாவிலேயே எங்கும் இல்லையென்று சொல்லலாம். ஏழெட்டுப் பேர் வெளி நாட்டுக்காரர்கள் கூட எழுதிவைத்துப் போயிருக்கிறார்கள். கதை அதிகமாய்ச் சொல்லக் கூடாது. எங்கள் அப்பாவுக்கு பதினாறு பிள்ளைகள். நான்தான் பதினாறாவது ஆள் (சிரிப்பு) எனக்குப் பதினான்கு குழந்தைகள் (சிரிப்பு) எனக்கு அண்ணா எட்டுப் பேர். அக்காள் ஏழு பேர். ஒவ்வொருவருக்கும் குழந்தைகள் நிறைய இருக்கின்றன. எங்கள் அண்ணன் ஒருவருக்குப் பதின்மூன்று குழந்தைகள். கதை வேண்டாம். எங்கள் நகராட்சியிலே எங்கள் பிரிவிலே அதிக வாக்குரிமைகள் எங்கள் இல்லிற்குள்ளேயே இருக்கின்றன. இது ஒன்றும் பொய்யல்ல. அவ்வளவு பெரிய குடும்பம் இதிலே ஐந்து தலைமுறைக் கதை சொல்லுகிறேன் பாருங்கள்.

காலக் கொடுமையா?

எங்கள் பாட்டி உலக்கை எடுத்து ஒரு கலம் நெல் குத்துவாள்; தனியாக! எங்கள் ஐயா காலையில் இட்டிலி சாப்பிட்டுவிட்டுக் கடைக்குப் போய் விட்டுத் திரும்பி வருகிறதற்குள்ளே குத்தி வைத்து விடுவார்கள். மத்தியானம் போனவுடனே புடைத்து எடுத்து ஒரு ரூபாய் கூலிவாங்கி விடுவார்கள். எங்கள் பாட்டியிடம் நான் மிரட்டிக் காசு வாங்குவேன். பாட்டி காசு இல்லையென்றால், அப்பாவிடம் சொல்லிவிடுவேன் நீ நெல்லுக் குத்துகிறாயென்று என ஏமாற்றிக் காசு வாங்கின ஆள் நான். ஒரு மூட்டை நெல்லை எங்கள் பாட்டி குத்தி விடுவார்கள். எங்கள் அம்மாவால் முடியவில்லை. அடுத்த தலைமுறை; நெல்லுக் குத்த முடியாது அவர்களால். அவர்கள் உட்கார்ந்து கொண்டு காலை நீட்டிக் கொண்டே எங்க வீட்டு இட்டிலிக்கு அரிசி மாவும், உளுந்து மாவும் ஆட்டி விடுவார்கள். அடுத்த தலைமுறை எங்கள் அக்காளாலே முடியவே முடியாது. நின்று கொண்டே அம்மியைப் பிடித்து இரண்டு, மூன்று தடவை அரைப்படி மிளகாயை அப்படியே அரைத்து விடுவார்கள்.

அடுத்த தலைமுறை என் மனைவி நெல்லுக்குத்த, மாவாட்ட முடியாது. இதற்கெல்லாம் ஆள் வைத்தாக வேண்டும். ஊதாங்குழலை எடுத்துக்கொண்டு, அடுப்பு அருகில் போய், பூ பூ! வென்று ஊதி (சிரிப்பு) சமைத்து வைத்துவிட்டுப் பேசாமலிருக்கிறது. அவ்வளவுதான். இப்போது என் மகள் இதுவுமில்லை; சமையல் கூடச் செய்யாமல் நூலை எடுத்துப் பின்னிக் கொண்டு, கழுத்தை ஆட்டி நெட்டி எடுத்துக் கொண்டே இருக்கிறது. (சிரிப்பு) இதிலிருந்து உங்களுக்கு என்ன தெரிகிறது. எங்கள் பாட்டி உலக்கையைத் தூக்கிக் காலம் தள்ளினாள். எங்கள் அம்மா, ஆட்டுக்கல் குழவியைத் தூக்கிக் காலம் தள்ளினாள். என் அக்காள் அம்மிக்கல் குழவியைத் தூக்கிக் காலம் தள்ளினாள். என் மனைவி ஊதாங்குழலைத் தூக்கிக் காலம் தள்ளினாள். என் மகள் ஊசியைத் தூக்கிக் காலம் தள்ளுகிறாள். (சிரிப்பு) என் பேத்தி எதைத் தூக்கிக் காலம் தள்ளப் போகிறாளோ? தெரியவில்லை. (சிரிப்பு)

தாய்க்குலம்

வீரர்களைப் பெற்றுக் கொடுக்கின்ற தாய்மார்கள் இருக்கின்ற நிலை இது. எவ்வளவு பெரிய விபத்து தமிழ்நாட்டைக் கவ்விக் கொண்டிருக்கிறதென்று தமிழகத்துத் தலைவர்கள் இன்றைக்கே எண்ணவேண்டும். எண்ணி, இதனுடைய கீழ் நிலைக்கு எது, எது காரணம்? எனக் கண்டுபிடித்து, அத்தவறுகளைத் திருத்தியாக வேண்டும். பாழ்பட்டுப் போகிற பாதையை அடைத்தாகவேண்டும். இல்லையானால் தமிழகத்திலே நாட்டைக் காப்பாற்றுகின்ற வீரர் காளைகள் தோன்ற முடியாது. நாட்டைப் பாதுகாக்கவும் முடியாது. ஆண்களே! உங்களுக்காகத்தான் சொல்லுகிறேன்; தாய்மார்களைப் போற்றுங்கள் தாயில்லையானால் தமக்கை. தங்கைகளைப் பாதுகாக்க. மனைவிகளைப் பாதுகாக்க, பிள்ளைகளைப் பாதுகாக்க. இது உங்களுடைய நீங்காத கடமை. தாய்க்குலம் அது! பல குடும்பங்களில் ஆண் பிள்ளை சோறு சாப்பிடாமல் இருந்தால் பெண்பிள்ளை சாப்பிடுகிறதில்லை. அது வேறு இருக்கிறது. ஒருவன் ஐந்து

மணிக்கு வருவான்; அதுவரைக்கும் அவன் மனைவி சாப்பிடமாட்டாள். இதை ஒரு அம்மாளிடம் கேட்டேன். எங்கள் வீட்டுக்காரருக்கு நான் சாப்பிட்டு விட்டுச் சோற்றைப் போட்டால் அடியில் உள்ள சோற்றில் கல்லிருக்கும். அவர் சண்டைக்கு வருவார். அவருக்கு ஒத்துக் கொள்ளாது. அதற்காக மேல் சோற்றை அவருக்குப் போட்டு விட்டு, அடிச்சோற்றை நான் சாப்பிடுவது என்றார்கள். அதுவும் ஒரு காரணம். ஏனென்றால், ஆண்பிள்ளைக்கு இந்தக் கல்லுச் சோறு உதவாது. பிள்ளை பெறுகிற வயிறு பாருங்கள்; பெண்களுக்கு ஒத்துக்கொள்ளுமா? (சிரிப்பு) இவைகளையெல்லாம் எண்ணிப் பார்த்தாக வேண்டும்.

கற்பு

வள்ளுவர் பெண்மையை எவ்வளவு சிறப்பாகக் கண்டு அந்தக் குலம் வளரவேண்டும் என்று சொல்லுகிறார். கற்பைப் பற்றிச் சொல்ல வரும்போது உலகத்திலேயே பெருமையுடையது ஒன்றுதான் என்று சொன்னார்- எது? பெண்.

'பெண்ணில் பெருந்தக்கயாவுள?" ஒரே கேள்வி பெண்ணைவிடப் பெருமையுடையது இந்த உலகத்திலே எது? என்று கேட்கிறார் எப்போது?

**"பெண்ணிற் பெருந்தக்க யாவுள கற்பென்னும்
திண்மை யுண்டாகப் பெறின்."**

ஒரே அடி அடித்தார்; பெண்ணுக்கு மட்டுமா கற்புச் சொன்னார். ஆணுக்கு? 'டேய்! பெருமை உனக்கு எப்போது?' என்று கேட்டார். "பிறர் மனைவியை நோக்காத பேராண்மை!" ஆண்மை, பேராண்மை ! போர்க்களத்திலிருந்து வருவதைவிடப் பெரிய ஆண்மையாம் - எது? பிறர்மனை நோக்காத பேராண்மை. ஆணுக்குச் கற்பைச் சொல்ல வந்த வள்ளுவர் பெண்மை உவமை காட்டுவது வியக்கக் கூடிய ஒன்று. "ஒருமை மகளிரே போல" எப்படி ஒரு கற்புடைய பெண் தன்னைக் காத்துக் கொள்ளுகிறாளோ, அதைப்போல

நீயும் உன்னையே காத்துக் கொண்டாலன்றி, உனக்கு ஏது பெருமை? என்று கேட்கிறார்.

"ஒருமை மகளிரே போலப் பெருமையும் தன்னைத்தான் கொண்டொழுகின் உண்டு."

உள்ளதும் இல்லதும்

ஒன்று ஏழைக் குடிசை வீடு. ஒன்று அடுக்குமாடி வீடு. இந்த இரண்டு வீடுகளில் ஏழைக் குடிசை வீட்டான் வள்ளுவரைப் பார்த்து, "ஐயா வாங்க எங்கள் வீட்டிற்கு வாங்க!" என்று கூப்பிட்டான். சென்றார். 'ஒன்றுமில்லை. அங்கே ஓட்டைக் குடிசை. மழை பெய்தால் ஒழுகும் சாப்பாட்டிற்கு ஒன்றுமில்லை. ஓட்டைச் சட்டி கிழிந்த பாய், வேறு ஒன்றுமில்லை' என்றான். ஆனால் கற்புடைய மனைவியைப் பெற்றிருந்தான். வள்ளுவர் அவனைத் தட்டிக் கொடுத்து, 'டேய்! உனக்கு என்னடா இல்லை?' என்று கேட்டார்.

அவ்வளவுதான் அவர் கேட்டது. கற்புள்ள மனைவி இருந்தாளாம். அதனால் உனக்கு என்னடா இல்லை - எல்லாம் இருக்கிறது அவர் கேட்ட கேள்வி இதுதான். "இல்லதென்?' ஒரே கேள்வி. பிறகு பக்கத்து மாடி வீட்டுக்காரன் வள்ளுவரைக் கூப்பிட்டான். "எங்கள் வீட்டைப் பாருங்கள்" என்று எல்லாம் காட்டினான். ஏழு மாடியிருக்கிறது. தந்தக் கட்டிலிருக்கிறது. பட்டுக் கம்பளம் இருக்கிறது. வெள்ளிக் கொப்பரை இருக்கிறது. தங்கத் தாம்பாளம் இருக்கிறது. யானைத் தந்தமிருக்கிறது. வரிசையாகக் காட்டினான். எல்லாம் பார்த்தார். பாவம் அவனுக்கு ஒரு கற்புடைய மனைவி வாய்க்கவில்லை. அதை வள்ளுவர் கண்டுவிட்டார். இங்கே பாருங்கள். எனக்கு எல்லாமிருக்கிறது என்றவனை நோக்கி, 'பாவிப்பயலே! உனக்கு என்னடா இருக்கிறது?' என்று கேட்டுவிட்டுப் போய் விட்டார். இந்தக் கேள்வியைப் பாருங்கள். நான்கு சொற்கள்; அவனிடம் "இல்லதென்" என்றார்; இவனிடம் "உள்ளதென்?" என்றார்.

"இல்லதென் இல்லவள் மாண்பானால் உள்ளதென்
இல்லவள் மாணாக் கடை"

இதென்ன கற்பனையா? உண்மையும் கூடப் பாருங்கள். நல்ல மனைவி வாய்க்கப் பெறாதவன் பன்னிரண்டு அடுக்கு மாளிகையிலே இருந்தாலும் இரும்புப் பெட்டியிலே ஆயிரம் ரூபாய் நோட்டுகள் அடுக்கி இருந்தாலும் அவன் என்ன பண்ணுவான். நெறி தவறிய மனைவி பால் கொடுத்தாலும் கூட விஷம் கொடுத்திருப்பாளோ என்று ஐயப்பட்டுக் குடிக்கக்கூட மாட்டானே! அவனுக்கு ஏது நலம்? ஏது வாழ்வு? அவனுக்கு என்னதான் இருக்கும்? இருந்தும் என்ன பயன்? கற்புடைய மனைவி வாய்க்கப் பெறவில்லை யானால், அந்தச் சொல்லுக்கு அவ்வளவு பொருள் உண்டு. "உள்ளதென்?" இங்கே! "இல்லதென்?" அங்கே! நான்கு சொற்களிலே இவ்வளவு பெரிய கருத்தை வைத்துச் சொல்வது குறளுக்குள்ள ஒரு தனிப் பெருஞ் சிறப்பு! அதனால்தான் அதற்குச் சிறப்புக் கூற வந்த புலவர், "கடலைக் கடுகிலே புகட்டிய மாதிரி இருக்கிறது" என்று கூறினார் போலும்!

செல்வம்

பணக்காரனுக்குச் செல்வம் எப்படி வரும், எப்படிப் போகும்? என்று உங்களை ஒரு கேள்வி கேட்டுவிட்டுப் போனால், பத்தாண்டானாலும் நீங்கள் பதில் எழுத முடியாது. வள்ளுவர் சொல்லுகிறார், பணக்காரனுக்கு எப்படி வரும் போகுமென்று என்ன தெரியுமா? இந்தக் கொட்டகைக்குக் கும்பல் வரும்போது எப்படி ஒவ்வொரு ஆளாக வந்ததோ, அப்படிப் பணக்காரனுக்குச் செல்வம். கொஞ்சம் கொஞ்சமாக வந்துகொண்டேயிருக்குமாம் போகும் போது திடீர் என்று போய்விடுமாம், எல்லாம் ஒரே நேரத்திலே (சிரிப்பு)

"கூத்தாட்டு அவைக்குழாத் தற்றே பெருஞ்செல்வம்
போக்கும் அதுவிளிந் தற்று"

நாடகக் கொட்டகைக்கு 5 மணி முதல் ஒவ்வொரு ஆளாக எப்படி வந்துகொண்டேயிருக்கிறார்களோ அப்படியே

செல்வம் கொஞ்சம் கொஞ்சமாக வந்து கொண்டேயிருக்கும். போகிறது மட்டும் அப்படிக் கொஞ்சம் கொஞ்சமாய்ப் போகாது. திடீரென்று கொட்டகை காலியாய்ப் போகிறது போல ஒரே அடியாய் தொலைந்து போய்விடும் என்பது வள்ளுவர் கண்ட உண்மையாகும்.

முடிவில் ஒரு குறள்

கடைசியாக ஒரு குறள். அது மயில் தோகையைக் கொண்டு இரும்புத் தூணை முறிப்பது. முறிப்பீர்களா? நீங்கள் முயன்றால் முறிக்க முடியுமா? வள்ளுவர் முறித்துக் காட்டுகிறார்! சாலையிலே போகிறார். வண்டி நிற்கிறது. மயில் தோகைகள் கட்டுக்கட்டாகப் போட்டிருக்கின்றன. வண்டிக்காரர் 200 கட்டுகளை வண்டியிலே ஏற்றிவிட்டார். இன்னும் 200 கட்டுகள் இருக்கின்றன. ஒருவன் தலையிலே தூக்கிக் கொண்டு போகிறான். வள்ளுவர் - என்ன அது? என்றார்- மயில் தோகை; வண்டியிலே ஏற்றப் போகிறேன் என்றான்.

"அப்பா! மயில் தோகையாயிருந்தாலும் அளவுக்கு மீறி வண்டியிலே ஏற்றாதே! ஏற்றினால் அச்சு முறிந்து விடும்" என்று சொல்லிப் போய்விட்டார். எப்படி? வள்ளுவர்! மயில் தோகையைக் கொண்டு வண்டியின் அச்சை முறித்துக் காட்டினாரா? இல்லையா?

**"பீலிபெய் சாகாடும் அச்சிறும் அப்பண்டம்
சால மிகுத்துப் பெயின்"**

இந்தக் கருத்து மயில் தோகையையும் வண்டி அச்சையும் மட்டும் பொறுத்ததாக இல்லை. உலகத்தில் உள்ள அத்தனையும் இதில் இருக்கிறது. உணவு உயர்ந்ததாக இருந்தாலும், அளவோடு சாப்பிடு! இல்லையானால் அது உடம்பை முறித்துவிடும் என்கிற கருத்தும் இருக்கிறதா? இல்லையா? அரசாங்க மாயிருந்தாலும் சரி, குடிகளை நடத்துவதற்கு ஓர் அளவு இருக்கவேண்டும். இல்லையானால் ஜார் ஆட்சியானாலும் முறிந்துவிடும் என்ற கருத்தும்

இருக்கிறதா, இல்லையா? எவ்வளவு பெரிய முதலாளி யாயிருந்தாலும் தொழிலாளிகளை வேலை வாங்குவதற்கு ஒரு அளவு இருக்க வேண்டும். இல்லையானால் முதலாளித்துவ மெல்லாம் முறிந்துவிடும் என்கிற கருத்தும் இருக்கிறதா? இல்லையா? வீடு கட்டினாலும் கூட தூண் தாங்குகிற அளவுதான் மாடியைக் கட்டவேண்டும். இல்லை யானால் தூண் முறிந்து போய்விடும் என்ற கருத்தும் இதில் இருக்கிறதா இல்லையா? என்ன இல்லை? நல்ல கட்டுரைதான் சிறந்த கருத்துள்ளதுதான். எழுதுகிற எழுத்தாளன் நான்கு ஐந்து பக்கங்களுக்குள், எடுத்துக் கொண்ட தலைப்பைவிட்டு விலகாமல் சுருக்கமாக எழுதினால், படிக்கிறவனுக்கு நன்றாயிருக்கும். நீண்டு எழுதிக்கொண்டே போனால், படிக்கிறவனுள்ளத்தை அக்கட்டுரை முறித்துவிடும் என்கிற கருத்தும் இதில் இருக்கிறதா, இல்லையா? பாருங்கள்.

குறித்த காலம்

நல்ல பேச்சாக இருந்தாலும் குறித்த காலத்தில் சுருக்கமாகச் சொல்ல வேண்டியதைச் சொல்லி முடிக்க வேண்டும். நீண்டு கொண்டே போனால் கேட்கிறவர்கள் உள்ளத்தை அப்பேச்சு முறித்துவிடும் என்ற கருத்தும் இதில் இருக்கிறதா, இல்லையா? (சிரிப்பும், கைதட்டலும்) நான் கேட்கிறேன். என்ன இல்லை? ஒவ்வொரு குறளிலும் இவ்வாறு ஒவ்வொரு புதை பொருளைக் காணலாம். நீங்கள் குறளைப் படியுங்கள். இவ்வளவு போதும் குறளைப் பற்றி என்று நினைக்கிறேன்.

படிக்கும் முறை

குறளைப் படியுங்கள் என்று நான் சொன்னதும் நீங்கள் கேட்டுக்கொண்டு கையைத் தட்டிவிட்டு எழுந்திருந்து போய் விடுவதனால் என்ன பயன்? அவ்வளவுதானா உங்கள் கடமை? அப்படியிருத்தல் கூடாது. திருவள்ளுவர் படிப்பகத்தினர் திருக்குறள் வகுப்பு நடத்துகிறார்கள். அதிலே நீங்கள் பங்கு பெற வேண்டும். மற்றவர்களையும் படிக்க வைக்க

வேண்டும். எதற்காக? புலவராக அல்ல. மக்கள் மக்களாக வாழ்வதற்கு அது துணை செய்யும். ஏனென்றால் குறள், ஒரு வாழ்வு நூல். குறளைப் படிக்க நான் ஒரு சாவி கொடுத்து விட்டுப் போகிறேன். திருக்குறளைப் படிப்பதற்கு ஒரு குறுக்கு வழி. குறளில் 133 தலைப்புகள்; அதைப் பாடம் பண்ணிக் கொள்ளுங்கள். 13 நாள் போதும்; நாள் 1-க்கு 10 ஆக அதைப் பாடம் பண்ணுவதற்கு, 13 நாளும் மணிநேரமல்ல நாள் ஒன்றுக்கு 10 நிமிடம் போதுமானது. இன்றைக்கு ஒரு திட்டம் போட்டுக் கொள்ளுங்கள். குறளைப் படிப்பதற்கு நாள் 1-க்கு 10 நிமிடமென்று 13 நாட்களில் திருக்குறள் உங்களுக்கு பூராவும் பாடமாகிவிடும். எது? தலைப்பு மட்டும். 133 தலைப்புகள் மனைவி, மக்கள், அன்பு, இன்சொல், அறிவு, அமைச்சு, நட்பு, குடி, சூது, பெரியாரைத் துணைக்கொள் என்றெல்லாமிருக்கும் அறிவைப் பற்றி என்ன சொல்லப் பெற்றிருக்கிறது? என்று பிறகு நீங்கள் அதிலே பார்க்க வேண்டும். அது சொல்லும் அறிவு எது? என்று தலைப்புகளைப் பாடம் பண்ணிக் கொண்டு எதைப் பற்றி அறிய வேண்டுமோ அதைத் திருப்புங்கள். பத்து அடி. சாட்டை அடி போல ஒரே கருத்தைப் பத்துக் குறள்களிலே திருப்பித் திருப்பிக் கூறியிருப்பதைக் காணலாம். ஒரு ரூபா விலையிலே இவ்வளவு கருத்துக்களை நீங்கள் பெறலாம் பேராசிரியர்களெல்லாம் இன்றும் கண்டுபிடிக்காத உயர்ந்த கருத்துக்கள் பலவற்றை இரண்டாயிரம் ஆண்டுகளுக்கு முன்னே தமிழ்நாட்டில், தமிழ்ப் பேரறிஞராகிய வள்ளுவர் அறிந்து சொல்லி வைத்துப் போயிருக்கிறார். அது ஒரு பொதுமறை; பெருஞ் செல்வம்! நாம் அதைப் படிக்கவில்லை யானால், நாம் தமிழரா? நம்முடைய வாழ்வு தமிழ் வாழ்வு ஆகுமா? எண்ணிப் பாருங்கள்! இது ஒரு வழி.

மறைமொழி

இன்னும் ஒன்று, இந்தத் தலைப்புகளைப் பாடம் பண்ணிக் கொண்ட பிறகு இது ஒரு பரிபாஷைக்கு உதவும். இங்கே வைரக் கடைக்காரனிருக்கிறான். சாவட்டைத் தங்கமென்பான். புலவ னென்றால் அறிஞன் என்று பெயர்

நமது புலவர் சுந்தரராசனைப் போன்ற இங்கேயிருக்கின்ற புலவர்களெல்லாம் பே! பே! என்று விழிப்பார்கள். மாட்டுச் சந்தைக்காரன் ஏமாற்றுகிறானே, 'கவட்டை' என்கிறான். 'சூலம்' என்கிறான். கவட்டை என்றால் இரண்டு ரூபாய்; சூலம் என்றால் மூன்று ரூபாய்! இவர் புலவர் என்ன செய்வார்? பலசரக்குக் கடையில் "குணவில்லை" என்பான். குணவில்லையென்றால் தொல்காப்பியத்திலா பொருளிருக்கும்? சும்மா விழிப்பார் இவர். அவன் புலவர்களையெல்லாம் ஏமாற்றி விடுகிறான். நீங்கள் திருக்குறளைப் பாடம் பண்ணிக்கொண்டு, 133 தலைப்புகளையும் அறிந்து கொண்டால், உலகத்திலே உள்ள எல்லாச் சங்கதிகளையும் அதில் வைத்துக் கொண்டே பேசிவிடலாம். அவ்வளவு பெரிய உயர்ந்த மறைமொழி அது.

ரொம்பப் பேர்கள் நம் நாட்டில் நல்லவர்களிருக்கிறார்கள். எங்களிடம் யாராகிலும் வந்து இவர் ரொம்ப நல்லவருங்க என்றால் - அப்படியா? ஐயோ! பாவமே! இப்படி ஓர் உருவம் இருக்கிறதே உடம்பைத் தூக்கிக் கொண்டு என்று நினைத்துக் கொள்ளுவதுண்டு. அவர் நல்லவர்தான். எப்படி? என் வீடு உண்டு, கடை உண்டு, நான் ஒன்றுக்கும் போகிறதில்லீங்க அவ்வளவுதான் (சிரிப்பு) மிகவும் நல்ல மனிதர் அவர் - என்று சொல்லுகிறது நாங்கள். இப்போது ஒரு பையனின் படிப்பைப் பற்றிக் கேட்க வேண்டுமானால், பையன் நாற்பதில் எப்படி? என்று கேட்கிறது. 40-ல் எப்படி என்றால், பையன் படித்திருக்கிறானா? என்று பொருள். 40- ஆம் அதிகாரம் கல்வி அவர்; ஓ 40 அவனுக்கு உண்டு என்பார். "என்ன?-அவன் நாற்பத்து ஒன்று மாதிரி தெரிகிறானே." "அதுங்களா" அவனுக்கு 42 இல்லை; அதனாலே 41 மாதிரித் தெரிகிறானுங்கோ" என்பார். பொருள் என்ன? "படித்திருக்கிறான். படித்தவர் களிடத்தில் கேள்வி ஞானமில்லை.

அதனாலே படிக்காதது மாதிரித் தெரிகிறான்" என்பார். 41 கல்லாமை; (42 கேள்வி) இவன் என்னாங்க என்பான் - நீ போப்பா நாங்கள் திருக்குறள் படிக்கிறோம் என்று அனுப்பி

விடுவது அவனை ஏனைய்யா, உனக்கும் அருணாசலத்திற்கும் இப்ப 79 இல்லை. என்ன 79 இல்லை? நீங்கள் என்ன கண்டீர்கள்? 79-ஆம் அதிகாரம் நட்பு! ஏன் இப்போது நட்பு இல்லை-? "அதுங்களா, அவன் திடீரென்று இருந்தாற் போல் இருந்து, 93,94-க்குப் போய் விட்டான்." (சிரிப்பு) என்ன 93,94, 93 குடி. 94 சூது (சிரிப்பு) அதனாலே? "82" என்று நினைத்துச் சும்மாயிருந்து விட்டேன்" 82 என்ன? "தீ நட்பு" இருந்தாலும் இப்படிச் செய்யலாமா ஐயா - 'போம் ஐயா! இல்லாவிட்டால் என் 97 போய் விடாதா? என்ன 97? மானம். மானம் போய்விடுமே (சிரிப்பு) அவன் என்ன ஐயா? என்பான். நீங்கள் போங்க, நாங்கள் திருக்குறள் படித்துக் கொண்டிருக்கிறோம் என்போம். "ஏன் உங்கள் மருமகள் 8-ல் எப்படி?" "என் மருமகளுக்கு 8 இருந்தால்' ஏனையா என் மகனுக்கு 31 வருகிறது?" 8 என்றால் என்ன? அன்புடமை "மருமகள் கொண்டு வந்திருக்கிறாயே அன்பாயிருக்கிறாளா?" என்றான்.

'அவள் அப்படியிருந்தால் என் மகனுக்கு ஏன் கோபம் வருகிறது" என்றான். 31-அதிகாரம் சினம். 'ஏன் உங்கள் பையனுக்கு 6 ஆகி விட்டதா? என்கிறது. "ஆயிற்று" என்றால் என்ன? திருமணம் பண்ணியாயிற்று. "6 ஆயிற்று என்றால் 7 - எத்தனை? மக்கட்பேறு 6 ஆனால் 7 எத்தனை? என்று கேட்கவேண்டியது தானே (சிரிப்பு) உலகத்திலேயுள்ள அத்தனையும் பேசித் தீர்த்து விடலாம் பிறர் அறியாமல். இது குறள் படித்த கூட்டத்துக்கு மட்டும் ஒரு பெரிய மறைமொழியாகவும் இருக்கும்.

உயிர் பெறுங்கள்

எங்கள் வீட்டிற்குத் திருக்குறள் அவதானி வந்திருந்தார் சுப்பிரமணியதாஸ் - உட்கார்ந்து பேசிக் கொண்டிருந்தார் மணி 11.30 ஆயிற்று. என் மகள் அங்கேயிருந்து வந்தாள். "அப்பா! இன்றைக்கு ஒன்பதா?" என்று கேட்டாள். எனக்கே தூக்கிப் போட்டது.

கொஞ்சநேரம் யோசித்து "ஆமாம்மா'' என்றேன். அவள் போய்விட்டாள் இவர் யோசித்தார் என்னடா ஒன்பதாயென்று கேட்கிறாள் யோசித்து ''ஆமாம்' என்று சொல்லுகிறார் என்று உடனே என் மகளை ''இங்கே வா அம்மா!'' என்றார் வந்ததும். ''ஒன்பது இல்லையம்மா; நான் 95லே இருக்கிறேன்! வேண்டா'' என்றார். அப்படியே வெட்கிப் போய் விட்டது பிள்ளை; என்ன பொருள்? ''அங்கே வந்து உட்கார்ந்திருக்கிறாரே, புதிதாகப் பேசிக்கொண்டிருக் கிறாரே, இன்றைக்கு அவருக்கு உணவு தயாராக வேண்டுமா?'' என்று கேட்டாள். 9 ஆம் அதிகாரம் விருந்து 'ஆமாம்மா'' என்றேன். போனாள் இதை அவர் கண்டுபிடித்துவிட்டார். அவர் அவதானி அல்லவா? அம்மா வா என்றார். வந்தவுடன் நான் 95இல் இருக்கிறேன் என்றால் 95 என்றால் மருந்து ''நான் மருந்து சாப்பிடுகிறேன்; இன்றைக்கு விருந்து வேண்டா என்றார்'' (சிரிப்பு) திருக்குறள் தலைப்பு 133ம் படித்து விட்டீர்களானால் அவ்வளவும் பேசலாம். பேசுவது மட்டுமல்ல; உங்களுக்கு உலக அனுபவம் முழுவதும் வந்துவிடும் வாழ்வும் சிறக்கும். வாழ்வு எல்லாம் வாழ்வாகாது. வாழ்வில் உயிர் பெறுவதே வாழ்வு. வாழ்விற்கு உயிர் தரும் வலிமை திருக்குறள் ஒன்றுக்கு மட்டுமே உண்டு.

வணக்கம்

நண்பர்களே! ஒன்றரை மணி நேரமாக 'வள்ளுவரும் குறளும்' என்ற தலைப்பில் சொல்ல வேண்டியவைகளை ஒருவாறு சொல்லிவிட்டேன் என்று கருதுகிறேன்.

சொல்லிய வரையில் திருவள்ளுவர் யார்? அவர் செய்த குறள் எப்படி? அதிலுள்ள கருத்துக்கள் எவ்வளவு? மக்கள் கைக்கொள்ள வேண்டியவைகள் என்னென்ன? என்பவைகளை ஒருவாறு உங்களுக்கு விளக்கினேன். கோவை நகரப் பெருமக்களாகிய நீங்கள், இந்தத் திருவள்ளுவர் கழகத்தில் உறுப்பினர்களாகச் சேர்ந்து, குறள் வகுப்பிலும் பங்குபெற்று திருக்குறளையும் நன்கு படித்து வாழ்க்கைக்குப் பயன்படுத்திக்கொண்டு, தமிழ் நாட்டுக்கும், தமிழ்

மொழிக்கும், தமிழ் மக்களுக்கும் நற்றொண்டு செய்து சிறப்பெய்தி வாழவேண்டுமெனக் கேட்டுக் கொள்வதோடு, என் சொற்பொழிவை முடிக்கிறேன்.

எல்லோருக்கும் வணக்கம்.

★ ★ ★

9 788198 921130